பிராமண போஜனமும் சட்டிச் சோறும்

இடைக்காலத் தமிழகத்தில் வைதீகமும் சாதி உருவாக்கமும்

ஆ.சிவசுப்பிரமணியன்

நியூ செஞ்சுரி புக் ஹவுஸ் (பி) லிட்.,
41-பி, சிட்கோ இண்டஸ்டிரியல் எஸ்டேட்,
அம்பத்தூர், சென்னை - 600 050.
☎ : 044 - 26251968, 26258410, 48601884

Language: Tamil
Brahmana Pojanamum Sattisorum
(Idaikkala Thamizhagathil Vaitheegamum Saathi Uruvakkamum)
Author: A.Sivasubramanian
First Edition: December, 2017
Fourth Edition: June, 2022
Fifth Edition: September, 2023
No. of pages: x + 76 = 86
Copyright: Author
Publisher:
New Century Book House Pvt. Ltd.,
41-B, SIDCO Industrial Estate,
Ambattur, Chennai - 600 050.
Tamilnadu State, India.
email: info@ncbh.in
Online: www.ncbhpublisher.in

ISBN: 978-81-2343-650-0
Code No. A 3805
₹ 100/-

Branches

Ambattur (H.O.) 044 - 26359906 **Spenzer Plaza (Chennai)** 044-28490027 **Trichy** 0431-2700885 **Pudukkottai** 04322- 227773 **Thanjavur** 04362-231371 **Tirunelveli** 0462-4210990, 2323990 **Madurai** 0452 2344106, 4374106 **Dindigul** 0451-2432172 **Coimbatore** 0422-2380554 **Erode** 0424-2256667 **Salem** 0427-2450817 **Hosur** 04344-245726 **Krishnagiri** 04343-234387 **Ooty** 0423 2441743 **Vellore** 0416-2234495 **Villupuram** 04146-227800 **Pondicherry** 0413-2280101 **Nagercoil** 04652-234990

பிராமண போஜனமும் சட்டிச்சோறும்
(இடைக்காலத் தமிழகத்தில் வைதீகமும் சாதி உருவாக்கமும்)
ஆசிரியர்: ஆ.சிவசுப்பிரமணியன்
முதல் பதிப்பு: டிசம்பர், 2017
நான்காம் பதிப்பு: ஜூன், 2022
ஐந்தாம் பதிப்பு: செப்டம்பர், 2023

அச்சிட்டோர்: **பாவை பிரிண்டர்ஸ் (பி) லிமிடெட்,**
16 (142), ஜானி ஜான் கான் சாலை, இராயப்பேட்டை, சென்னை - 14
☎: 044 - 28482441

All rights reserved. No part of this book may be reprinted or reproduced or utilised in any form or by any electronic, mechanical, or other means, now known or hereafter invented, including photocopying and recording, or in any information storage or retrieval system, without permission in writing from the publishers.

கல்வெட்டியல் அறிஞர்கள்
முனைவர். செ.இராசு
முனைவர். எ.சுப்பராயலு
ஆகிய இருவருக்கும்...

முன்னுரை

தமிழ்நாட்டின் வரலாற்று வரைவுக்கு உறுதுணையாக அமையும் கல்வெட்டுகள் கி.மு. மூன்றாம் நூற்றாண்டிலேயே தோன்றிவிட்டன. பிற்காலச் சோழர் ஆட்சிக்காலத்தில் இவற்றின் எண்ணிக்கை அதிகரித்துள்ளது என்பர். அரசியல் வரலாற்றை மட்டுமின்றி, சமூக, பொருளியல் பண்பாட்டு வரலாறு தொடர்பான கணக்கற்ற செய்திகளையும் இவை தம்முள் கொண்டுள்ளன.

கல்வெட்டுகளில் இருந்து இச்செய்திகளைக் கண்டறியும் போதுதான் மன்னர்களின் ஆளுகையில் தமிழகத்தில் நிலைகொண்டிருந்த சமூக அமைப்பு குறித்த தெளிவான பதிவுகளை உணரமுடியும். மன்னர்களின் பரம்பரைப் பட்டியல், அவர்கள் நிகழ்த்திய போர்கள், கட்டுவித்த கோவில்கள், அவர்களது பட்டத்தரசியர், அறச்செயல்கள் என்பன வற்றைக் கடந்து வேறுபல செய்திகளையும் கல்வெட்டுகள் உணர்த்து கின்றன.

"வேறுபல செய்திகள்" என்பதைச் சமூக உறவுகளைக் குறிப்பதாகக் கொள்ளலாம். பல்லவர் காலத்தில் பரவத் தொடங்கிய வைதீகம் இடைக்காலத் தமிழகத்தில் ஆழமாக வேர்விட்டு, சோழர் காலத்திலும் விஜயநகரப் பேரரசு காலத்திலும் தழைத்து வளர்ந்தது. புதிய சாதிகளின் உருவாக்கமும் சாதிகளுக்கு இடையிலான முரணும் இவ்விரு பேரரசுகளின் காலத்தில் முக்கிய சமூக நிகழ்வுகள் ஆயின. இந்நிகழ்வுகள் நேரடியாகவோ, மறைமுகமாகவோ இக்காலத்தில் தோன்றிய கல்வெட்டுகளில் பதிவாகியுள்ளன.

இச்செய்திகள் அடங்கிய கல்வெட்டுத் தொகுதிகளை ஆர்வத்துடன் படிக்கும் வாசகன் என்ற தகுதி மட்டும் எனக்கு உண்டு. மற்றபடி, நான் ஒரு கல்வெட்டு ஆய்வாளன் அல்லன். இக்கல்வெட்டுகளைப் படிக்கும் போது, கண்ணில் பட்ட செய்திகளைத் தரவுகளாகக்

கொண்டு அவ்வப்போது எழுதி வந்த ஒன்பது கட்டுரைகளின் தொகுப்பே இச்சிறுநூல்.

இக்கட்டுரைகள் கல்வெட்டுகளுள் புதையுண்டு கிடக்கும் சாதிய மேலாண்மை, சாதிய இழிவு, சாதிய முரண் என்ற கூறுகளை வெளிப்படுத்தும் தன்மையன; கடந்த காலத்தை வாசிப்பது என்பது நிகழ்காலச் சிக்கல்களுடன் பொருத்திப் பார்க்க வேண்டிய ஒன்று; இதனடிப்படையிலேயே கல்வெட்டுகளை நான் பார்த்துள்ளேன்.

'பிராமண போஜனம்' என்ற முதல் கட்டுரை, கோவில்களிலும், சத்திரங்களிலும், நாள்தோறுமோ, சில குறிப்பிட்ட நாட்களிலோ, திருவிழாக்களின் போதோ, பிராமணர்களுக்கு உணவு வழங்கியதை அறிமுகம் செய்கிறது.

சட்டிச்சோறு என்ற இரண்டாவது கட்டுரை, சட்டி அளவில், ஊதியமாகச் சோறு வழங்கிய முறை குறித்து அறிமுகம் செய்கிறது.

கோவில் கருவறையில் இரவும் பகலும் இடைவிடாது எரிந்து கொண்டிருக்கும் 'நந்தாவிளக்கு' என்ற விளக்கெரிக்க வழங்கப்பட்ட கொடைகள், கொடைப்பொருட்கள் தொடர்பான செய்திகளை மூன்றாவது கட்டுரை அறிமுகம் செய்கிறது. நந்தாவிளக்கு எரிக்க வழங்கிய கொடைகளுக்குப் பின்னால் மறைந்துள்ள அவலத்தை நான்காவது கட்டுரையான 'விளக்கின் பின்னால்' அறிமுகம் செய்கிறது.

இடைக்காலத் தமிழகத்தில் அரசால் வழங்கப்பட்ட தண்டனைகள் மேட்டிமை சாதிகள், அடித்தள மக்கள் பிரிவினர் என்று பாகுபடுத்தி வழங்கப்பட்டதை அய்ந்தாவது கட்டுரை வெளிப்படுத்துகிறது. ஒரு பொருளாதார நிறுவனம் போலச் செயல்பட்ட இடைக்காலத் தமிழகக் கோவில்களில் நிகழ்ந்த திருட்டுக்கள், அவற்றை மேற்கொண்டோர், அவர்களுக்கு வழங்கப்பட்ட தண்டனைகள், அத்தண்டனைகளில் காட்டப்பட்ட சாதியப்பாகுபாடு என்பன குறித்து ஆறாவது கட்டுரை ஆராய்கிறது.

சைவ, வைணவக் கோவில்களில் கருவறைக்கு இணையாகப் புனிதம் பேணப்படும் திருமடைப்பள்ளி என்னும் சமையலறையில் இனிப்புணவு செய்ய, கருப்புக்கட்டி பயன்படுத்தப்பட்டதற்கான கல்வெட்டுச் சான்றுகள் உள்ளன.

இச்சான்றுகளைக் குறிப்பிட்டு திருமடைப்பள்ளியில் விலக்கப் பட்ட பொருளாக இன்று கருப்புக்கட்டி விளங்குவதையும் ஏழாவது கட்டுரை எடுத்துரைக்கிறது.

இந்தியாவில் சாதிகளின் தோற்றம் குறித்து பல்வேறு கருத்துகள் முன் வைக்கப்பட்டுள்ளன. வடஇந்தியாவில் காணப்படும் காயஸ்தர் என்ற சாதி, பதவி சார்ந்து உருவானதென்று ஆர்.எஸ்.சர்மா என்ற வரலாற்றறிஞர் குறிப்பிட்டுள்ளார்.

இது போன்றே பதவி சார்ந்து தமிழ்நாட்டில் சில சாதிகள் உருவாகி இருக்கலாமோ என்ற கருதுகோளை எட்டாவது கட்டுரை முன்வைக்கிறது.

கல்வெட்டுகளின் இறுதிப்பகுதியில் குறிப்பாகக் கொடை குறித்த கல்வெட்டுகளின் இறுதிப்பகுதியில் அக்கொடையைப் பாதுகாக்கும் நோக்கில் சில தொடர்கள் இடம் பெற்றிருக்கும். இத்தொடர்கள் வடமொழியில் 'ரட்சை' என்றும் தமிழில் 'காப்புரை', 'ஓம்படைக் கிளவி' என்ற பெயர்களாலும் அழைக்கப்படுகின்றன.

இக்காப்புரைகளை அவற்றின் உள்ளடக்கத்தின் அடிப்படையில் வகைப்படுத்தி ஒன்பதாவது கட்டுரை ஆராய்கிறது.

இக்கட்டுரைகள் ஒவ்வொன்றும் பல்வேறு இதழ்களில் ('தாமரை', 'காக்கைச்சிறகினிலே', 'காலச்சுவடு', 'புதுவிசை', 'பல்சுவைக் காவியம்') வெளியானவை.

தமிழ்நாடு முற்போக்கு எழுத்தாளர் கலைஞர் சங்கத்தினர் 2012-இல் வெளியிட்ட தமிழகப் பண்பாட்டு மலரில் இடம்பெற்ற, 'காப்புரைகளில் பாலியல் உறவுகள்' என்ற கட்டுரையின் விரிவாக்கமே 'கல்வெட்டுகளில் காப்புரை' என்ற ஒன்பதாவது கட்டுரை.

இக்கட்டுரைகளைத் திரட்டி நூல்வடிவமாக்க இசைவு தெரிவித்த என்.சி.பி.எச். மேலாண்மை இயக்குநர் அன்பிற்குரிய தோழர் கவிஞர் சண்முகம் சரவணனுக்கு என் நன்றி உரியது. தேவைப்பட்ட நூல்களை வாங்குவதில் துணைநின்ற, தோழர் இரத்தினசபாபதி (பொதுமேலாளர் என்.சி.பி.எச்.) ரெங்கையா முருகன் (MIDS-சென்னை), தோழர் க.காமராசன், கையெழுத்துப் படியை ஒழுங்கு செய்வதில் துணைநின்ற முனைவர் செயவீரதேவன், இரா.சித்தார்த் ஆகியோருக்கும் என் நன்றி உரியது. இந்நூலின் வடிவமைப்பை அழகுறச் செய்த தோழர் ஜி.சரவணன் அவர்களுக்கும் கையெழுத்துப் படியை நூலாக்கம்

செய்வதில் துணைநின்ற என்.சி.பி.எச் நிறுவனத்தின் அலுவலர்கள் திருமதி. துர்காதேவி, திருமதி. ரின்சி ஆகியோருக்கும் என் நன்றி உரியது.

★★★

தமிழ்நாட்டின் பெருமைக்குரிய வரலாற்றறிஞர்களாகவும் கல்வெட்டு ஆய்வாளர்களாகவும் திகழ்பவர்கள் பேராசிரியர் செ. இராசு, பேராசிரியர் எ. சுப்பராயலு ஆகியோர்.

இவ்விருவரும் பணி ஓய்வுக்குப் பின்னரும் தமிழக வரலாற்றை எழுதும் பணியிலும், வரலாற்றாவணங்களைத் தொகுத்துப் பதிப்பிக்கும் பணியிலும் இடைவிடாது ஈடுபட்டு வருபவர்கள். இவ்விருவருக்கும் என் மரியாதையின் வெளிப்பாடாக இந்நூலைக் காணிக்கையாக்குவதில் பெருமகிழ்ச்சியடைகிறேன்.

மதுரை **ஆ.சிவசுப்பிரமணியன்**

7-12-2017

பேராசிரியர் நா.வானமாமலையின்

நூற்றாண்டு நினைவு நாள்

பொருளடக்கம்

1. பிராமண போஜனம் — 1
2. சட்டிச்சோறு — 9
3. நந்தா விளக்கு — 14
4. விளக்கின் பின்னால் — 23
5. கீழ்சாதிகளைத் தண்டிக்கும் முறைமைகளிலே — 25
6. இடைக்காலத் தமிழக வரலாற்றில் கோவில் திருட்டுக்கள் — 28
7. திருமடைப்பள்ளியும் கருப்புக்கட்டியும் — 36
8. பதவி சாதியானமை — 45
9. கல்வெட்டுகளில் காப்புரை — 51

பிராமண போஜனம்

தமிழ்க் கல்வெட்டுகளை அவற்றின் உள்ளடக்கத்தின் அடிப்படையில் ஆராய்ந்து வகைப்படுத்தினால் கொடையை மையமாகக் கொண்ட கல்வெட்டுகளே மிகுதியாக இருப்பதைக் காணமுடியும். நிலம், பொன், பணம், உலோகப்படிமங்கள், ஆடு, மாடு என்பன கொடைப் பொருளாக விளங்கியுள்ளன. மனிதர்களையும்கூட அடிமைகளாகக் கோவிலுக்குக் கொடையாக வழங்கியுள்ளனர். இவைதவிர பொருட்கள், நிலங்கள் மீதான சில வரிகளும் கொடையாக வழங்கப்பட்டுள்ளன. இதனால் குறிப்பிட்ட வரியினால் கிட்டும் வருவாய், கொடை பெற்றவரைச் சென்றடைந்தது. கோவிலுக்குக் கொடையாக வழங்கப்பட்ட நிலங்களுக்கு வரிவிலக்கும் வழங்கப் பட்டது.

மன்னர்கள், மன்னர் குடும்பத்தினர், வணிகர், கைவினைஞர், நில உரிமையாளர் என்போர் கொடை வழங்குவோராக விளங்கி யுள்ளனர். விதிவிலக்குப் போன்று குடிஊழியம் செய்வோரும் கொடை வழங்கியுள்ளனர். பெரும்பாலும் சைவ வைணவக் கோவில்களும், சமண, பௌத்தப் பள்ளிகளும் இவர்களிடம் இருந்து கொடை பெற்ற அமைப்புகளாக விளங்கியுள்ளன. புதிதாக அமைக்கப்படும் நீர் நிலைகள் ஊர்ப் பொதுவாக வழங்கப்பட்டன. இவைதவிர பிராமணர் களுக்குக் கொடை வழங்கிப் பேணும் வழக்கமும் நிலவியுள்ளது.

பிராமணக் கொடை

பிராமணர்களுக்குக் கொடை வழங்கல் மிகப் பெரிய புண்ணியச் செயல் என்று மனுதர்மம் (3:98) பின்வருமாறு குறிப்பிடுகிறது:

> கல்வி தவம் முயன்ற வேதியர்க்களித்தல் தீயிலிட்டுச் செய்த ஓமம் போல் ஒளிர்விடும். மேலும் இம்மையில் நோய், பகை, ராஜ பீடை இவற்றால் உண்டான அச்சத்தினின்றும், மறுமையில் நரகத்தினின்றும் விடுவிக்கும்.

பிராமணர்களுக்கு வழங்கும் கொடையானது இம்மைக்கும் மறுமைக்கும் உதவும் என்ற நம்பிக்கையை உருவாக்குவதுடன்

மட்டுமின்றி, பிராமணர்களுக்கு மன்னர்கள் கொடை வழங்க வேண்டியதை வலியுறுத்தி மனு(3:79) மேலும் கூறுவது வருமாறு:

> பெரும் காணிக்கைகளுக்குரிய அஸ்வமேத முதலிய வேள்விகளை நடத்தி அந்தணர்க்கான அறச்சாலைகளை நியமித்து கொடை வழங்க வேண்டியது.

மனுதர்மத்தின் செல்வாக்கு மன்னர் ஆட்சிக்காலத் தமிழகத்தில் ஆழமாக நிலைபெற்றிருந்தது. பிரமதேயம், சதுர்வேதிமங்கலம், அகரம் என்ற பெயரிலான பிராமணக் குடியிருப்புகள் மன்னர்களால் உருவாக்கப்பட்டன. இது குறித்து செப்பேடுகளும் கல்வெட்டுகளும் விரிவான செய்திகளைக் குறிப்பிடுகின்றன.

பிராமண போஜனம்

நிலம் தவிர உணவும் கொடைப்பொருளாக விளங்கியுள்ளது. வழிபாட்டின்போது உணவு படைத்து வழிபடுவது சைவ வைணவ சமயமரபு. இதைத் திருஅமுது செய்தல் என்று கூறுவர். இவ்வாறு திருஅமுது செய்யவும், சிவனடியார், பயணம் செய்வோர், பிராமணர் ஆகியோரின் பசி போக்கவும் உணவுக் கொடை வழங்கப்பட்டது. இவற்றுள் பிராமணர்களுக்கு வழங்கப்பட்ட உணவுக் கொடை பிராமண போஜனம் எனப்பட்டது.

இப்பிராமண போஜனமானது மூன்று வகையில் நிகழ்ந்துள்ளது. முதலாவது நாள்தோறும் நிகழ்த்தப்படுவது. இதை நிசிதம் (நாள்தோறும்) என்று கல்வெட்டுகள் குறிப்பிடுகின்றன. இரண்டாவது, அம்மாவாசையன்று நிகழ்வது. மூன்றாவது கோவில் திருநாட்களின் போது நிகழ்வது.

வழங்கிய முறை

பிராமண போஜனத்திற்குரிய செலவுத்தொகையை நிலம், பொன், பணம் ஆகிய மூன்று வடிவங்களில் வழங்கியுள்ளனர். நிலத்தில் இருந்து கிட்டும் நெல் உணவுக்கான அரிசிக்கும் உணவு தொடர்பான இதர செலவுகளுக்கும் பயன்பட்டுள்ளது. பொன், பணம் ஆகியன வட்டிக்கு விடப்பட்டு அவ்வட்டித் தொகையில் இருந்து உணவு வழங்கப்பட்டுள்ளது.

திருவண்ணாமலை மாவட்டம் செய்யாறு வட்டத்திலுள்ள பிரம்மதேசம் ஊரிலுள்ள சிதம்பரேஸ்வரர் கோவில் கல்வெட்டொன்று அம்மாவாசைதோறும் பிராமணர்களுக்கு உணவளிப்பதைக்

குறிப்பிடுகிறது. இதற்காக இருகழஞ்சுப்பொன் முதலீடாக வைக்கப்பட்டுள்ளது. இதிலிருந்து கிடைக்கும் வட்டியைக் கொண்டு உணவளிக்க கோவிலின் கணப்பெருமக்கள் (சபை உறுப்பினர்கள்) ஒத்துக்கொண்டுள்ளனர் (தெ.இ.க. 30:142).

வழங்கியோரும் வழங்கியதன் நோக்கமும்

மன்னர்கள், மன்னர் குடும்பத்தினர், அரசு அதிகாரிகள் ஆகியோரும், குடிமக்களும் மேற்கூறிய முறைகளில் பிராமண போஜனத்திற்கான செலவுத் தொகையை வழங்கியுள்ளனர்.

இவர்களுள் சிலர் குறிப்பிட்ட நோக்கம் எதுவுமின்றி புண்ணியம் கிட்டும் என்ற நம்பிக்கையில் கொடை வழங்கியுள்ளனர். சிலர் இறந்தோரின் ஆன்ம அமைதிக்காக வழங்கியுள்ளனர். சிலர் குறிப்பிட்ட விழா நாளையும், சிலர் தம் பிறந்த நாளையும் மையமாகக் கொண்டு வழங்கியுள்ளனர். பிராமணர்களுக்கு உணவு வழங்கியதன் அடிப்படை நோக்கம் மறுமை வாழ்வுக்குப் புண்ணியம் கிட்டும் என்பதுதான்.

பிராமணர்களில், வேதம் வல்லோருக்கு மட்டுமே வழங்க வேண்டும் என்ற குறிப்பும் சில கல்வெட்டுகளில் இடம்பெற்றுள்ளது. சான்றாக ராஜகேசரிவர்மன் என்ற சோழ மன்னனின் 23ஆவது ஆட்சி யாண்டில் வெட்டப்பட்ட கல்வெட்டொன்று கற்றறிந்த, வேதமறிந்த 12 பிராமணர்களுக்கு உணவு வழங்க ஏற்பாடு செய்த செய்தியைக் கூறுகிறது. இக்கல்வெட்டின்படி பிரம்மாதி ராஜா என்பவன் 200 கழஞ்சு பொன்னை ஊர்ச்சபையிடம் வைப்புத்தொகையாக வழங்கியுள்ளான். இத்தொகையில் இருந்து கிட்டிய வட்டியில் இருந்து உணவு வழங்கப்பட்டுள்ளது (தெ.இ.க. 3:11:1).

நாகை மாவட்டம் மயிலாடுதுறை வட்டத்தில் உள்ள குத்தாலத்தில் கிடைத்துள்ள கல்வெட்டில் (கி.பி.992) சாமவேதம், தைத்திரிய சாண்டியோக சாமவேதம் வல்லார்க்கு உணவு வழங்கியதைக் குறிப்பிடுகிறது (மேலது: 170). வேதக்கல்வியை ஊக்குவிப்பதும் வேதம் வல்லாரைப் பேணுவதும் பிராமணபோஜனத்தின் நோக்கமாக இருந்துள்ளமை இச்செய்திகளால் புலப்படுகிறது. பல்லவர்களின் செப்புப் பட்டயங்கள் சிலவற்றில்,

பிராமணர்களின் சொத்து கொடிய விஷம். மற்ற விஷம் விஷமல்ல. அந்த விஷம் ஒருவனையே கொல்லும். பிராமணன் சொத்தோ புத்திர பௌத்திரர்களையும் கொல்லும்.

என்ற காப்புரைத் தொடர் இடம்பெற்றுள்ளது. இத்தொடர் பிராமணர்களுக்குப் பல்லவ மன்னர்களால் வழங்கப்பட்ட பிரம்மதேயக் கொடைச் செப்பேட்டில் இடம்பெற்றுள்ளது. பிராமணரின் சொத்துக்குப் பாதுகாப்பு அரணாக இக்காப்புரையை அமைத்துள்ளனர். இதன் தாக்கம் பிற்காலச் சோழர் காலத்திலும் இருந்துள்ளது. பிராமணருக்கு உரிமையான சொத்தைப் பறிமுதல் செய்தாலும், அச்சொத்தின் பயன்பாடு பிராமணர்களுக்கு மட்டுமே கிட்டவேண்டும் என்ற நடைமுறை இருந்துள்ளது.

முதலாம் இராஜராஜசோழனின் அண்ணனான இரண்டாம் ஆதித்த கரிகாலன் சோழநாட்டின் வட்டாரத் தலைவர்களால் கொலை செய்யப் பட்டான். முதலாம் இராஜராஜன் ஆட்சிக்கு வந்தவுடன் இக்கொலை யுடன் தொடர்புடைய பிராமணர்களின் நிலங்களைப் பறிமுதல் செய்து விலைக்கு விற்றான். அதை விலைக்கு வாங்கியவர்கள் அதிலிருந்து வரும் வருவாயைப் பயன்படுத்தி காட்டுமன்னார் கோவிலில் உள்ள சிவன் கோவிலில் நாள்தோறும் பிராமணர்களுக்கு உணவு வழங்க ஏற்பாடு செய்தனர் (A.R.E.1921: 97 பத்தி 31.).

வழங்கப்பட்ட உணவு

பிராமணபோஜனத்தைக் குறிப்பிடும் கல்வெட்டுகளில், வழங்கப்பட்ட உணவு குறித்தும் சில குறிப்புகள் இடம்பெற்றுள்ளன. மேலே குறிப்பிட்ட ராஜசேகரவர்மனின் 23ஆவது ஆட்சியாண்டுக் கல்வெட்டில் 12 பிராமணர்களுக்கான நண்பகல் உணவில் சோறுடன் ஆழாக்கு (அரைக்கால் படி) நெய், அய்ந்து வகைக்கறி, அய்ந்து உழக்குத்தயிர் ஆகியனவும் இரண்டு பாக்கும், வெற்றிலையும் வழங்கப்பட்டுள்ளன. சமையல் செய்வாருக்கும், விறகிடுவாருக்கும் தனியாக ஊதியம் வழங்கப்பட்டுள்ளது(தெ.இ.க.3 பகுதி.1). கோவிலில் உணவுச் சாலை ஒன்றை நிறுவி 25 பிராமணர்களுக்கு உணவளிக்க செம்பியன் மாதேவி, ஏற்பாடு செய்துள்ளார். இதன் பொருட்டு 12 வேலி நிலத்தை வழங்கியுள்ளார். இந்த நிலத்திற்கு வரிவிலக்கு அளிக்கப்பட்டுள்ளது. இந்நிலத்தில் இருந்து ஆண்டு தோறும் 1590 கலம் நெல் கிடைத்துள்ளது. இதில் 937 கலம் ஒரு தூணி (நான்கு மரக்கால்) ஒரு பதக்கு (இரண்டு குறுணி) நெல்லைக் கொண்டு சோறும், காய்கறி, நெய், தயிர், பலவகைக் கறிகள், வெற்றிலைப் பாக்கு ஆகியனவும் நாள்தோறும் வழங்கப்பட்டுள்ளன. விறகும் இக்கணக்கில் அடங்கும். சமையல் செய்பவருக்கு நாள்தோறும்

ஒரு குறுணி (இரண்டு நாழி) நெல் ஊதியமாக வழங்கப்பட்டுள்ளது (தெ.இ.க. iii & iv: 151).

காஞ்சன் தாமோதரன் என்பவன் வேதம் வல்ல பிராமணருக்கு நண்பகல் உணவளிக்க எழுபது கழஞ்சு பொன்னை திருச்சி மாவட்டம் திருவெள்ளறை கோவிலின் மூலபரிஷத்திடம் (சிவன் கோவில் நிருவாகத்தை நடத்தி வந்த சபை) கி.பி.985ல் வழங்கியுள்ளான். இது தவிர தாலம், வட்டில் ஆகிய சமையல் பாத்திரங்களையும் வழங்கி யுள்ளான். நாள்தோறும் 18 நாடுறி குத்தல் படியரிசி சமைக்கப்பட்ட துடன், கும்மாயம் (சிறுபயறு பருப்பிட்டுச் செய்யும் இனிப்புப் பண்டம்) ஆழாக்கு நெய், பழம் 2, காய்கறி, புளிக்கறி, நாழி தயிர், பொறிக்கறி, வெற்றிலை ஆகியனவும் வழங்கப்பட்டுள்ளன.

திருச்சி மாவட்டம் திருவெறும்பூரில் உள்ள திருவெறும்பியூர் ஆழ்வார் கோவிலில் உள்ள 955ஆம் ஆண்டுக் கல்வெட்டு ஒன்றில் வேளாண் வீர நாராயணன் என்ற செம்பியன் வேதிவேளார் என்பவன் 15 பிராமணர்கள் நாள்தோறும் உண்ண, சத்திரம் அமைத்துள்ள செய்தி இடம்பெற்றுள்ளது. இச்சத்திரத்தில் உணவு வழங்க ஆகும் செலவிற் காக இரண்டு வேலி, ஏழு மா அளவுள்ள நிலம் வழங்கியுள்ளான். இச்சத்திரத்தில் இரு நாழி அரிசி, கறிகாய்கறி ஒன்று, புளிக்கறி ஒன்று, புழுக்குக்கறி ஒன்று, நெய் அரைப்படி ஆகியனவற்றுடன் வெற்றிலை, பாக்கு இரண்டும் வழங்கப்பட்டுள்ளன (தெ.இ.க.13: 110).

இதே கோவிலில் உள்ள 985ஆம் ஆண்டுக் காலத்தியக் கல்வெட்டு திருப்பேர்பாலாசிரியன் என்பவன் நாலு மா நிலம் வழங்கி, பிராமணன் ஒருவனுக்கு நாள்தோறும் இருநாழி அரிசியும், காய்கறி ஒன்றும், நெய் அரைப்படியும், புளிக்கறி, புழுக்குக்கறியுடன் உரிஅளவு தயிரும், இரண்டு வெற்றிலைப் பாக்கும் வழங்க ஒழுங்கு செய்துள்ளான் (தெ.இ.க.13: 138).

இதே கோவிலுக்கு 985ஆம் ஆண்டில் ஆறு மா நிலத்தை திருப்பேர் பாப்பானி காரிநக்கன் என்பவன் கொடையாக வழங்கி யுள்ளான். இந்நிலத்திற்கு வரிவிலக்கு அளிக்கப்பட்டுள்ளது. இந்நில வருவாயைக் கொண்டு வேதம் வல்ல பிராமணன் ஒருவனுக்கு நாள்தோறும் திருவெறும்பியூராழ்வார் கோவிலில் உள்ள சத்திரத்தில் இருநாழி அரிசிச் சோறும், காய்கறி ஒன்றும், நெய் அரைப்படியும், புளிக்கறி, புழுக்குக்கறியும், தயிர் உரியும், இரண்டு வெற்றிலைப் பாக்கும் வழங்கியுள்ளான் (தெ.இ.க.13:139). விழுப்புரம் மாவட்டம்

திண்டிவனம் வட்டத்தில் உள்ள உலகாபுரம் (உலகமாதேவிபுரம்) என்ற கிராமத்தில் உள்ள சிதைவடைந்த சிவன் கோவிலில் கி.பி.988ஆம் ஆண்டுக் காலத்தியக் கல்வெட்டு ஒன்றுள்ளது. கங்கன் அம்பலவன் கண்டராதித்தன் என்ற சோழ அரசு அதிகாரி 56 பிராமணர்களுக்கு உணவளிக்க 19 வேலி நிலம் விலைக்கு வாங்கிக் கொடையாக வழங்கிய செய்தி இக்கல்வெட்டில் இடம் பெற்றுள்ளது. இந்நிலத்தின் வருவாயைக் கொண்டு சோறுடன் நாலுகறி ஒருமுட்டை அளவு (சிறு கரண்டி அளவு) நெய், நாழி அளவு மோர் ஆகியனவற்றுடன், அய்ந்து வெற்றிலையும் பாக்கும் வழங்கியுள்ளனர் (தெ.இ.க.13:61).

கடலூர் மாவட்டம் காட்டுமன்னார் கோவில் அருகில் உள்ள ஊர் உடையார்கோயில். இங்குள்ள அனந்தீஸ்வரர் கோவிலில் 985ஆம் ஆண்டுக் கல்வெட்டொன்றுள்ளது. உத்தமசந்திரன் என்ற செம்பியன் பல்லவதரையன் மூன்று பிராமணர்களுக்கு இக்கோவிலில் நண்பகல் உணவளிக்க முக்காலே இரண்டு (பரப்பளவு குறிப்பிடப் படவில்லை). நிலம் விலைக்கு வாங்கிக் கொடையாக வழங்கியுள்ளான். இந்நிலத்தின் வருவாயைக் கொண்டு இருநாழி பழவரிசியும் (குத்தி நீண்டநாட்கள் ஆன அரிசி), ஆழாக்கு நெய்யும், ஆழாக்கு பருப்பும், காய்கறி ஒன்றும், புளிக்கறி ஒன்றும், அக்காரலட்டு (இனிப்பு லட்டு) இரண்டும், வாழைப்பழம் இரண்டும், பொரிக்கறி ஒன்றும், தயிர் நாழியும், நான்கு பாக்கும், பத்து வெற்றிலையும் வழங்கப்பட்டுள்ளன.

இவை தவிர அடுவான் (சமைப்பவன்) ஊதியம் வழங்கவும், விறகு, உப்பு, காயம் ஆகியன வாங்கவும் ஒழுங்கு செய்யப்பட்டது (தெ.இ.க.13: 91).

நாள்தோறும் உணவு வழங்க இயலாதவர்கள் சில குறிப்பிட்ட நாட்களில் உணவு வழங்க ஏற்பாடு செய்துள்ளனர். சேலம் நகரில் உள்ள சுகவனேஸ்வரர் கோவிலில் உள்ள பத்தாம் நூற்றாண்டுக் கல்வெட்டுகள் இவ்வுண்மையை வெளிப்படுத்துகின்றன.

மணிக்கிராமம் என்ற பெயரிலான வணிகக் குழுவைச் சேர்ந்த மஞ்சன் மணிய மராத்தான் என்பவன் இக்கோவிலில் அய்ந்து கழஞ்சுப் பொன்னை முதலீடாக வைத்துள்ளான். இதிலிருந்து ஆண்டுதோறும் கிடைக்கும் வட்டித் தொகையைக் கொண்டு இருபத்தைந்து அந்தணர்களுக்கு மாசித் திருநாளில் உணவு வழங்கப்பட்டுள்ளது (கிருட்டிணன் 2001: 130).

செல்வனடிகள் என்பவன் நாற்பது பொன் கொடையாக வழங்கியுள்ளான். இதில் இருந்து கிடைக்கும் வட்டியில் மாசிமகத் திருவிழாவின் போது இருபத்தி அய்ந்து அந்தணர்களுக்குச் சோறுடன் மூன்றுகறி, அரைப்படி நெய், தயிர், வெற்றிலைப்பாக்கு ஆகியன வழங்கப்பட்டன (மேலது: 131).

திருச்செங்கோடு மலைமேல் நாகர் குண்டுக்கு மேற்கில் உள்ள பாறையில் 10ஆம் நூற்றாண்டைச் சேர்ந்த கல்வெட்டொன்றுள்ளது. இக்கல்வெட்டு இளங்கோனடிகள் என்பவனின் மனைவி மூரிக்காமக்கனார் என்பவள் வழங்கிய கொடையைக் குறிப்பிடுகிறது. இப்பெண் திருச்செங்கோட்டுப் பன்னிரண்டு நாட்டுப் பெருமக்களிடம் இருபது கழஞ்சுப் பொன்னை வழங்கியுள்ளாள். இதில் இருந்து கிடைக்கும் வட்டித்தொகையைக் கொண்டு ஏகாதசி நாளில் இருபது பிராமணர்களுக்கு உணவு வழங்கப்பட்டது (மேலது: 168).

இதுபோல் திருவாதிரைதோறும் இருபது அந்தணர்களுக்கு உணவு வழங்க இருபது கழஞ்சு பொன் வழங்கப்பட்ட செய்தியை இதே பகுதியில் உள்ள 13ஆம் நூற்றாண்டுக் கல்வெட்டு குறிப்பிடுகிறது (மேலது: 170). துவாதசி, திருவாதிரை, திருவோணம் ஆகிய விழா நாட்களிலும் பிராமண போஜனம் நடத்தக் கொடை வழங்கப்பட்டதை பத்து, 13ஆவது நூற்றாண்டுக் காலக் கல்வெட்டுகள் குறிப்பிடுகின்றன.

பெரிய அளவில் முதலீடு செய்து அதிக எண்ணிக்கையிலான பிராமணர்களுக்கு நாள்தோறும் உணவு வழங்கும் முறையில் இருந்து ஒன்று, இரண்டு, மூன்று எனக் குறைந்த எண்ணிக்கையிலான பிராமணர்களுக்குக் குறிப்பிட்ட நாட்களில் மட்டும் உணவு வழங்கும் முறையானது, அதிகப் பொருள்வளம் இல்லாதோரும் இச்செயலில் ஈடுபட்டதன் வெளிப்பாடாக அமைந்துள்ளது. சில கல்வெட்டுகள் இருபது பிராமணர்களுக்கு உணவு வழங்குவதைக் குறிப்பிட்டாலும் வழங்கும் நாள் ஒருநாள்தான் (தெ.இ.க. 13: 243).

பிராமண போஜனத்தின் விளைவு

மறுமை குறித்த நம்பிக்கையின் தூண்டுதலால் மக்கள் கோவில்களை மையமாகக் கொண்டு பல கொடைச் செயல்களை மேற்கொண்டுள்ளனர். கோவிலுக்கு பொன் அணிகலன்கள், உலோகப் படிமங்கள், பாத்திரங்கள் ஆகியனவற்றை வழங்கியுள்ளனர். கோவிலில் சந்திவிளக்கு, நந்தாவிளக்கு எரிக்க கால்நடைகளையும்,

நிலங்களையும் கொடையாக வழங்கியுள்ளனர். இவ்வரிசையில் பிராமண போஜனமும் இணைகிறது.

இவை அனைத்திலும் காணப்படும் பொதுவான தன்மை குடிமக்களின் உபரிப்பணம் இவற்றில் முதலீடாக இடப்பட்டதுதான். தமிழ்நாட்டிலும் அயல் நாடுகளிலும் செயல்பட்ட தமிழ் வணிகக் குழுக்களும், இவற்றின் உறுப்பினர்களான வணிகர்களும், நெசவாளர், உலோகத் தொழில் புரிவோர் ஆகிய கைவினைஞர்களும், கால்நடை வளர்ப்போர், நிலவுடைமையாளர் ஆகியோரும் தம்மிடம் இருந்த உபரிப் பணத்தை பிராமணர்களுக்கு உணவு வழங்குவதில் முடக்கியுள்ளனர்.

இம்முதலீடு இவ்வுலக வாழ்வுக்குப் பயன் தராத முதலீடாக அமைந்தது. ஆதாயம் எதுவும் தராத இயங்கா முதலீடாக (dead capital) இம்முதலீடுகள் அமைந்து சமூக வளர்ச்சிக்குத் துணை புரியாது போய்விட்டது. வருவாய் ஈட்டும் துறைகளில் உபரியை முதலீடு செய்திருந்தால் பொருளியல் வளர்ச்சி மிகுந்திருக்கும். அல்லது நலத்திட்டங்களில் முதலீடு செய்திருந்தால் மக்கள் பயன் பெற்றிருப்பர். பிராமணரை மையமாகக் கொண்ட பிராமண போஜனம் மறுமையைக் கருதியே வழங்கப்பட்டதால் இம்மைக்கு உதவாமல் போய்விட்டது. இதனால் சமூக வளர்ச்சி தடைபட்டுப்போனது.

சான்றாதாரம்

தென்னிந்திய கல்வெட்டுகள்

சட்டிச்சோறு

'சோறு' என்ற சொல் வேகவைத்த அரிசியை மட்டுமின்றி உணவு என்ற பரந்த பொருளைத் தருவதாகவும் விளங்குகிறது. இடைக்காலத் தமிழகக் கல்வெட்டுகளில் உணவைக் குறிக்கும் சொல்லாக இச்சொல் இடம்பெற்றுள்ளது. அத்துடன் இச்சொல்லுக்கு முன் சில அடை மொழிகள் இடம்பெற்றுள்ளன.

இவ் அடைமொழிகள் சோறின் பயன்பாடு, அது வழங்கப் பட்டதன் நோக்கம் ஆகியனவற்றை உணர்த்தி நிற்கின்றன.

இல்லத்தில் சமைத்து உண்ணும் சோறானது, அடிப்படையில் ஓர் உணவுப் பொருளாக இருந்தாலும் இடைக்காலத் தமிழகத்திலும், அதன் பின்னர் உருவான விஜயநகர, மராத்தியர் ஆட்சிக்காலத்திலும் கொடைப் பொருளாகவும், வரிப் பொருளாகவும், ஊதியமாகவும் விளங்கியுள்ளது.

தமிழ்க் கல்வெட்டுகளில் **எச்சோறு, புள்ளிச்சோறு, திங்கட் சோறு, வரிச்சோறு, வெட்டிச்சோறு, நிசதிச்சோறு, சட்டிச் சோறு** என்று பல்வேறு வகையான அடைமொழிகளுடன் சோறு குறிப்பிடப் பட்டுள்ளது. இவ் அடைமொழிகள் ஒவ்வொன்றும் சோறு வழங்கப் படுவதன் நோக்கத்தைக் குறிப்பனவாகும்.

எச்சோறு

கிராம ஊழியர்களுக்கு இரவில் சோறு போடும் கடமை எச்சோறாகும். நெல் குத்துபவர்களுக்கு இரவில் சோறு இடும் கடமை, 'எச்சோற்றுக் கூற்று நெல்' என்றும், 'எச்சோற்றுக்கு கூற்று நெல்' என்றும், 'எச்சோற்றுக் கூற்றரிசி' என்றும் குறிப்பிடப்பட்டது (சுப்பிரமணியன்: தி.நா.2011:18).

பொது ஊழியர்களுக்குப் பகலில் கொடுக்கும் சோறு (ஒரு வரி) என்று சுப்பராயலு (2002: 109) விளக்கம் அளிக்கிறார். இரு அறிஞர் களுக்கிடையில் எச்சோறு வழங்கப்படும் நேரம் குறித்து மாறுபாடான கருத்துக்கள் இருந்தாலும் ஊழியர்களுக்கு வழங்கப்பட்ட சோறு என்பதில் இருவரும் உடன்படுகின்றனர். 'எச்சோற்று கூற்று நெல்' என்பதற்கு, எச்சோறு வழங்கும் பொருட்டு குற்றும் நெல் என்று சுப்பராயலு (மேலது) விளக்கம் தருகிறார்.

வெட்டிச்சோறு

ஊதியமின்றிச் செய்ய வேண்டிய கட்டாய வேலை (Forced labour) 'வெட்டி' என்று பெயர் பெற்றது. இதைச் செய்வோர் 'வெட்டியாள்' என்று அழைக்கப்பட்டனர். வெட்டி வேலை செய்வோருக்கு வழங்கப்பட்ட உணவு 'வெட்டிச்சோறு' எனப்பட்டது (மேலது).

புள்ளிச்சோறு

நிலவுரிமையாளர்கள் மன்னனது ஊழியர்களுக்குச் சோறு வழங்க வேண்டியிருந்தது. நிலமதிப்பிற்கேற்ப இது அமையும். இவ்வாறு வழங்கும் சோறு 'புள்ளிச்சோறு' எனப்பட்டது.

சட்டிச்சோறு

இவ்வரிசையில் ஊதியமாகவும், கொடைப் பொருளாகவும் வழங்கப்பட்ட சோறு 'சட்டிச்சோறு' ஆகும். கோவில் பணியாளர்கள், தேசாந்திரிகள், பரதேசிகள், சிவனடியார் ஆகியோர் சட்டிச்சோற்றைப் பெற்றுள்ளனர். 'சட்டிச்சோறு' என்பது குறித்து சி.கோவிந்தராசன் *(1987: 171)* பின்வருமாறு விளக்கமளித்துள்ளார்.

'கோவில் பணியாளர்களுக்கும் சிவனடியார்களுக்கும் சட்டி அளவிட்டுக் கொடுக்கும் சோறு. ஒரு சட்டிச்சோறு இருநாழி அரிசி சமைத்த சோற்றின் அளவுடையதாகும்.'

மூத்த கல்வெட்டாய்வாளர் தி.நா.சுப்பிரமணியன் *(2011:36)* 'கோயில் வேலைக்காரர்களுக்குக் கொடுக்கும் உரிமைப் பிரசாதம்' என்று பொருளுரைக்கிறார்.

'ஒரு சட்டியளவுள்ள கோயிற் பிரசாதம்' என்று சுப்பராயலு *(2002)* குறிப்பிடுகிறார். ஆனால் சட்டிச்சோறு கோயிற் பிரசாதமாக மட்டும் வழங்கப்படவில்லை.

சட்டிச்சோறின் அளவு இருநாழி அரிசி என்று குறிப்பிடுவதற்குச் சான்றாக,

'இருநாழியரிசிச்சோறு இரண்டு சட்டியிட்டு
வருவேனாகவும்' (தெ.இ.க.5: 226)

'ஒரு சட்டிச்சோறு இருநாழி அரிசியால்
அமுது செய்விக்கக் கடவோமாக' (தெ.இ.க.622)

என்ற இரு கல்வெட்டுத் தொடர்களைக் கோவிந்தராசன் *(1987: 171)* குறிப்பிடுகிறார். அவரது கூற்றுக்கு வலுவூட்டும் வகையில் வேறு சில கல்வெட்டுகளும் உள்ளன (தெ.இ.க.).

பிராமண போஜனமும் சட்டிச் சோறும்

இருநாழி அரிசிச் சோற்றைக் கொண்டதே சட்டிச்சோறு என்பதனை யடுத்து, சட்டிச்சோறுடன் வழங்கப்பட்ட ஏனைய பொருட்கள் குறித்தும் கல்வெட்டுகள் குறிப்பிடுகின்றன. சட்டிச் சோறுக்குத் தேவையான அரிசிக்கும் இதர பொருட்களுக்கும் தேவையான பணத்தைப் பெற குறிப்பிட்ட அளவு பொன் அல்லது பணத்தை ஊர்சபை, கோவில் என்பனவற்றிலோ, தனி மனிதரிடத்திலோ முதலீடு செய்துள்ளனர்.

இம்முதலீட்டில் இருந்து கிடைக்கும் பொலிசை அல்லது பலிசை (வட்டி) நெல் வடிவில் கிடைத்துள்ளது. இந்நெல்லைக் கொண்டு 'சட்டிச்சோறு' வழங்கியுள்ளனர். தம் பொருளியல் நிலைக்கேற்ப ஒரு சட்டிச்சோறா, அதற்கும் மேற்பட்ட அளவிலான சட்டிச் சோறா என்பதைக் கொடையாளி முடிவு செய்துள்ளார்.

நாகை மாவட்டம் குத்தாலம் உத்திரவேதீஸ்வரர் கோயில் கல்வெட்டு, சட்டிச்சோறு வழங்கச் செலவான நெல் அளவையைத் துல்லியமாகக் குறிப்பிட்டுள்ளது. அதுவருமாறு:

1. சட்டிச்சோறுக்கான இருநாழி அரிசிக்கு : அய்ந்து நாழி நெல்
2. கறி மிளகுப்பொடி புழுக்கரிசிக்கு : நாழி உழக்கு நெல்
3. உப்புக்கு: ஆழாக்கு நெல்
4. பாக்கு, வெற்றிலை எட்டுக்கு : உரி ஆழாக்கு நெல்
5. விறகுக்கு : உரி நெல்

இவை அனைத்தையும் சேர்த்தால் ஒரு சட்டியளவு சோறு சமைக்க ஒரு குறுணி நெல் செலவாகியுள்ளது. வெண்காடன் ஆட வல்லான் என்பவன் சட்டிச்சோறாக்கியளிக்க இருபத்தைந்து காசு வழங்கியுள்ளான். இதற்கான வட்டியாகக் கிடைத்த முப்பது கல நெல்லைக் கொண்டே சட்டிச்சோறு வழங்கப்பட்டுள்ளது. இது தவிர இரண்டு காசுகளை வேட்கோவர் ஒருவரிடம் கொடுத்து அதற்கு வட்டியாக மண்சட்டி வழங்கும்படிச் செய்துள்ளான்.

தூத்துக்குடி மாவட்டம் ஆத்தூரில் உள்ள கல்வெட்டு, ஒரு குறுணி இரண்டு நாழி நெல் சட்டிச்சோறுக்கு வழங்கப்பட்டதைத் தெரிவிக்கிறது.

இங்கும் சட்டிச்சோறின் அளவு இரு நாழி அரிசிதான். ஆனால் குத்தாலம் கல்வெட்டில் ஒரு குறுணி நெல் செலவாக, இங்கு கூடுதலாக இரண்டு நாழி நெல் செலவாகியுள்ளது. இதற்குக் காரணம் சட்டிச்சோறுடன் வழங்கப்பட்ட பொருட்களின் எண்ணிக்கையும்

மதிப்பும்தான். சட்டிச்சோறுடன் இங்கு வழங்கப்பட்ட பொருட்களாக பொறிக்கறி அஞ்சு, நெய், தயிர், உப்பு, புளி, மிளகு, இரண்டு பாக்கு, அய்ந்து வெற்றிலை ஆகியன குறிப்பிடப்பட்டுள்ளன. செலவைக் குறைக்கும் வகையில் வெற்றிலையின் எண்ணிக்கையளவு குறைந்துள்ளது. கறியின் எண்ணிக்கை அதிகரிப்பும், நெய், தயிர் ஆகியன வழங்கப் பட்டமையும் கூடுதலாக இரண்டு நாழி நெல் செலவாகக் காரணமாயுள்ளன.

இது தவிர உணவு சமைப்பவருக்கும் விறகு இடுவாருக்கும் நாள்தோறும் குறுணி நெல் வழங்கப்பட்டுள்ளது.

சட்டிச்சோறு குறித்தக் கல்வெட்டுச் செய்திகளின் அடிப்படையில் பார்க்கும்போது சட்டிச்சோறு என்பதில் இரு நாழி அரிசி என்பது மட்டுமே மாறுதலின்றி இருப்பதைக் காணமுடிகிறது. சட்டிச்சோறுடன் வழங்கப்பட்ட பிற உணவுப்பொருட்களின் தரமும் எண்ணிக்கையும் மாறுபடுகின்றன.

இருநாழி அரிசி என்று சோற்றின் அளவு ஒரே சீராகக் குறிப்பிடப் படுவதால் உண்ணும் அளவு வரையறுக்கப்பட்டுள்ளது என்பது தெளிவாகிறது. கோயில் பணியாளர்கள், தேசாந்திரிகள், சிவனடி யார்கள் ஆகியோருக்கு வழங்கப்பட்டதால் கோவிலில் நுழைய அனுமதிக்கப்பட்ட சாதியினர் அனைவருக்கும் இதை வழங்கியுள்ளனர் என்று கருதலாம்.

ஆயினும் இருவேறு நோக்கங்கள் சட்டிச்சோறு வழங்கியதன் பின்னால் உள்ளன. முதலாவது மறுமைக்குப் புண்ணியம் தேடும் முயற்சி. இந்நோக்கத்தின் அடிப்படையிலேயே தேசாந்திரிகளுக்கும் சிவனடியார்களுக்கும் சட்டிச்சோறு வழங்கப்பட்டுள்ளது.

இரண்டாவதாக உலோக வடிவிலான பண ஊதியத்தைவிட, சோறு வடிவிலான ஊதியம் மலிவானது என்பது. அத்துடன் உணவால் ஒருவனை நிறைவடையச் செய்யும்போது வேலை வாங்குவோனுக்கும் வேலை செய்வோனுக்கும் இடையில் பிணைப்பு ஏற்பட்டு வேலை செய்வோனிடம் எதிர்க்குரல் தோன்றுவது மட்டுப்படும். வயிறு நிறையச் சோறு அளிக்கும் நிறுவனத்திற்கு அல்லது தனிமனிதனுக்கு நன்றிக்கடன் கொண்டவனாக அவன் இருப்பான். சட்டிச் சோறைத் தாண்டி அவன் சிந்திக்க மாட்டான். சோறு போட்டு வேலை வாங்குவதென்பது நிலவுடைமைச் சமூகத்தின் சுரண்டல் முறைகளில் ஒன்று. காலனி ஆட்சியிலும்கூட இது தொடர்ந்துள்ளது.

சட்டிச்சோறு வழங்கப்பட்டதன் எச்சமாக **'சொக்கனுக்குச் சட்டியளவு'** என்ற சொலவடை இன்றும் வழக்கில் உள்ளது.

குறிப்புக்கள்

1. இங்கு குறிப்பிட்ட அளவைகள் குறித்த விவரம் வருமாறு:
   ஆழாக்கு : அரைக்கால் படி
   உரி : அரைநாழி (அரைப்படி)
   உழக்கு : காற்படி
   குறுணி : ஒரு மரக்கால் அல்லது எட்டுப் படி
   நாழி : ஒரு படி

2. கோவிலில் வழிபாட்டின் போது கருவறையில் படையலாகப் படைக்கப்படும் உணவு இரு நாழி அரிசி என்றும் (தெ.இ.க.4: க.எண்: 223), பிராமண போஜனத்தில் பிராமணர் ஒருவருக்கு இரு நாழி அரிசிச் சோறு (தெ.இ.க.13: க.எண்.110,139) என்றும் குறிப்பிடப்படுவதால், இருநாழி அரிசி என்பது திறப்படுத்தப்பட்ட அளவான வழக்கில் இருந்துள்ளது என்று கருதலாம்.

சான்றாதாரம்

தெ.இ.க. (**தென் இந்தியக் கல்வெட்டுகள்** தொகுதிகள் 4,5,8,19).

கோவிந்தராசன் சி., (1987), **கல்வெட்டுக் கலைச்சொல் அகராதி**.

சுப்பராயலு எ., (2002), **தமிழ்க் கல்வெட்டுச் சொல்லகராதி**.

சுப்பிரமணியன் தி.நா., (2011) **கல்வெட்டுச் சொல்லகராதி**.

பகவதி. கு., **தமிழர் அளவைகள்**.

ஹரிகரன், (1979), சட்டிச்சோறு, **தமிழ்நாட்டு வரலாற்றுக் கருத்தரங்கு**, இரா.நாகசாமி (பதிப்பாசிரியர்).

நந்தா விளக்கு

இரவில் ஒளி பெறுவதற்காகப் பண்டையத் தமிழர்கள் பயன் படுத்தி வந்த விளக்குகள் அவற்றின் அமைப்பின் அடிப்படையிலும் பயன்பாட்டின் அடிப்படையிலும் பல தரத்தினவாய் இருந்தன. இதனால் அவை வெவ்வேறு பெயர்களைத் தாங்கி நிற்கின்றன. இவற்றுள் ஒன்று நந்தா விளக்கு ஆகும். இடைவிடாது எரியும் விளக்கே நந்தா விளக்கு எனப்பட்டது. சென்னைப் பல்கலைக்கழக லெக்சிகன் 'கோயில் கர்ப்பகிரகம் முதலியவற்றிலுள்ள அவியா விளக்கு' என்று பொருள் உரைக்கிறது. 'நொந்தா விளக்கு' என்றும் கல்வெட்டுகள் இதைக் குறிப்பிடுகின்றன.

இடைக்காலத் தமிழகத்தில் நிறுவனப்படுத்தப்பட்ட சைவம், வைணவம் என்ற இரண்டு சமயங்களின் கோவில்களில் நந்தா விளக்கு சிறப்பான இடத்தைப் பெற்றிருந்தது. இவ்விளக்கு எரிப்பதற்கு நெய் பயன்படுத்தப்பட்டுள்ளது. நாள்தோறும் இடைவிடாது நந்தா விளக்கு எரிவதால் அதிக அளவு நெய் தேவைப்பட்டது. இத்தேவையை நிறைவு செய்யும் வகையில் வளம் படைத்த நிலவுடைமையாளர்கள், வணிகர்கள், அரசு அதிகாரிகள் ஆகியோர் நெய் வழங்கும் பொறுப்பை ஏற்றுக்கொண்டுள்ளனர். தேவையான நெய்யினைச் சேகரித்து நாளும் அதைத் தாமே வழங்கும் பொறுப்பை ஏற்றுக்கொள்வதைத் தவிர்த்து அதை வழங்குவதற்கு வேறு முறைகளை மேற்கொண்டனர்.

முதலாவதாக, ஒரு குறிப்பிட்ட அளவு பொன் அல்லது பணத்தைக் கோவில் நிர்வாகிகளிடம் வழங்கி விடுவது. அதில் இருந்து கிட்டும் வட்டித் தொகையைக் கொண்டு தேவையான அளவு நெய்யைக் கோவில் நிர்வாகத்தினர் வாங்கிக் கொள்வர். ஈரோடு மாவட்டம், பெருந்துறை வட்டத்தில் உள்ள குன்னத்தூர் இலட்சுமி நாராயணப் பெருமாள் கோவில் கல்வெட்டொன்று(கி.பி. 1280). ஒரு நந்தா விளக்கு எரிக்க மாதம் இரண்டுபணம் கொடுப்பதாக ஊரார் ஒப்புக் கொண்டுள்ளதைக் குறிப்பிடுகிறது (பூங்குன்றன். 2010: 43). இதனால் மாதந்தோறும் பணம் வழங்கும் முறை இருந்துள்ளமை தெரிகிறது.

இரண்டாவதாக, குறிப்பிட்ட அளவு நிலத்தை விலைக்கு வாங்கி அதைக் கோவிலுக்கு வழங்கி விடுவது. அந்நிலத்தில் கிட்டும்

விளைச்சலை விற்றுக் கிடைக்கும் பணத்தைக் கொண்டு கோவில் நிர்வாகிகள் தேவையான நெய்யை வாங்கிக் கொள்வர் (தெ.இ.க.3: 100,102).

மூன்றாவது முறை, பரவலாக நடைமுறையில் இருந்துள்ளது. இதன்படி பசு, எருமை, ஆடு ஆகியனவற்றைக் குறிப்பிட்ட எண்ணிக் கையில் விலைக்கு வாங்கி அவற்றைக் கோவிலுக்கு அன்பளிப்பாக வழங்கிவிடுவர். அல்லது ஆநிரை வளர்க்கும் இடையர் சமூகத்தினரிடம் இவற்றை வழங்கிவிடுவர். அவர்கள் அவற்றைப் பாதுகாத்து வளர்த்து, அவற்றின் பாலில் இருந்து நெய் தயாரித்துக் கோவிலுக்கு வழங்குவர். இம்முறையின் மூலம் கால்நடைகளை வழங்குவது கொடையாளியின் பொறுப்பாகவும், அவற்றைப் பராமரித்து நெய் தயாரித்துக் கொடுப்பது ஆயர்களின் பொறுப்பாகவும் அமைந்தது. வரையறுக்கப் பட்ட அளவிலான நெய்யைப் பெற்றுக்கொள்வது மட்டுமே கோவிலின் கடமையானது. இப்பணியை மேற்கொள்ளும் இடையர்கள் **'விளக்குக் குடிமக்கள்' 'திருநந்தா விளக்குக் குடிகள்'** என்ற பெயர் பெற்றிருந்தனர். 'மன்றாடிகள்' என்ற பட்டமும் உண்டு.

சில நேரங்களில் கோவில் நிர்வாகமும் குறிப்பிட்ட அளவு நெய், பால் ஆகியனவற்றை வழங்கும்படி இடையர்களிடம் ஒப்பந்தம் செய்துகொள்வதும் உண்டு. திருவோத்தூர் (செய்யாறு) கோவிலில் காணப்படும் மாறவர்மன் சுந்தர பாண்டியனின் பதினொன்றாம் ஆட்சியாண்டுக் (கி.பி.1314) கல்வெட்டொன்று இது தொடர்பாகக் கூறும் செய்தி வருமாறு:

> உடையார் திருவோத்தூருடைய நாயனார்க்கு இக்கோட்டத்து இன்னாட்டு இவ்வூர் மன்றாடிகளில் மன்னன் மகன் கங்கனான அழகிய சுந்தரக்கோனேன் இந்நாள் முதல் பாலமுது நெய் அமுதும் அளக்க ஸ்ரீபண்டாரத்தில் நான் கைகொண்ட சாவா மூவாப் பசு 32ம் ரிஷபம் 1ம்
>
> இப்படி முப்பத்திரண்டும் ரிஷபம் 1ம் கொண்டு நாள் ஒன்றுக்கு ஆரணதியாகியாலே நானாழி பாலும் உழக்கு நெய்யும்.
>
> சந்திராதித்தவரையும் நானும் என் மக்கள் மக்கள் வழியாரும் அளக்கக் கடவேன்(கிருஷ்ணமூர்த்தி.ச.2001: 49).

இக்கல்வெட்டில் இடம் பெறும் 'ஆரணதியாகியாலே' என்பது ஒரு முகத்தலளவையின் பெயராகும்.

சைவ வைணவக் கோவில்களுக்கு மட்டுமின்றி சமணப் பள்ளிகளுக்கும், சைவ மடங்களுக்கும் விளக்கு எரிக்க ஆடுகளைக்

கொடையாக வழங்கும் வழக்கம் இருந்துள்ளது. விருதுநகர் மாவட்டம் திருச்சுழி வட்டத்திலுள்ள பள்ளிமடத்தில் கி.பி. எட்டாம் நூற்றாண்டுக் காலத்திய வட்டெழுத்துக் கல்வெட்டு ஒன்றுள்ளது.

திருக்காட்டாம்பள்ளி சமணப்பள்ளிக்கு நிலக்குடி நாட்டுக்குன்னூர் சாந்தங்குணத்தான் என்பவர், திங்கள்தோறும் பதினாழி நெய் அளக்க நூறு ஆடுகள் வழங்கிய செய்தியை இக்கல்வெட்டு குறிப்பிடுகிறது. (இராசேந்திரன், பொ. 2008).

மேற்கூறிய பள்ளிமடத்தில் உள்ள மற்றொரு கல்வெட்டு, பத்தாம் நூற்றாண்டை (959) சார்ந்தது. மகாவிரதிகள் என்ற சைவமடத்தில் விளக்கு எரிக்க இருபது ஆடுகள் கொடையாக வழங்கப்பட்ட செய்தியை இக்கல்வெட்டு குறிப்பிடுகிறது. சோளாந்தக நாழியால் முந்நாழி நெய் அளக்க வேண்டும் என்றும் இக்கல்வெட்டில் குறிப்பிடப்படுகிறது.

சாவா மூவாப் பசுவும் ஆடும்

நந்தா விளக்கு எரிக்க கால்நடைகளை வழங்கும் முறையில் ஒரு சிக்கல் எழ வாய்ப்பிருந்தது. வழங்கப்பட்ட கால்நடைகள் மூப்படைந்தாலும், இறந்து போனாலும், கிடைக்கும் நெய்யின் அளவு எதிர்காலத்தில் குறையும் வாய்ப்புண்டு. இதைத் தவிர்க்கும் முகமாக ஆநிரைகளைப் பெற்றுக்கொள்வோர் கால்நடைகளின் எண்ணிக்கை குறையாது பார்த்துக் கொள்ளும்படி பணிக்கப்பட்டனர். நந்தா விளக்கு நெய் வழங்க கால்நடைகள் வழங்கப்பட்டதைக் குறிக்கும் கல்வெட்டுகளில் **சாவா மூவாப் பேராடு** (எண்ணிக்கையில் குறை படாத ஆடுகள்), **சாவா மூவாச் செவ்வரி ஆடு** (செவ்வரி - செம்மறி) '**சாவா மூவாப் பசு**' '**சாவா மூவா வாழ்மாடு**' என்ற தொடர் பரவலாக இடம்பெற்றுள்ளது. இத்தொடர் குறித்து கல்வெட்டாய்வாளர்கள் தி.நா.சுப்பிரமணியனும், கோவிந்தராசனும் பின்வரும் விளக்கத்தை அளிக்கின்றனர்.

இறத்தலும் மூப்பும் இல்லாமல் நிரந்தரமாக நிலைத்திருக்கும் ஆடு : கோயில்களுக்கு அளிக்கும் ஆடுகளையே இவ்விதம் குறிப்பர். (சாவினாலோ மூப்பினாலோ ஆடுகளின் தொகை குறையும்போது குட்டிகளைக் கொண்டு குறையை நிறைத்து கோயிலுக்கு செலுத்த வேண்டிய நெய் முதலியவற்றை முட்டாமல் செலுத்த வேண்டியதற்கு உதவும்) (சுப்பிரமணியன். தி.நா.2011:41).

கோவில்களில் திருவிளக்கு எரிக்க நிவந்தமாக அளிக்கப்பட்ட பசுக்களை நெய்யளப்பதற்குப் பெற்ற இடையர் தாம் பெற்ற

பசுக்களின் எண்ணிக்கையில் என்றும் குறையாமல் வைத்திருக்க வேண்டுமென்னும் ஒப்பந்தக் குறிப்பே சாவா மூவா வாழ் மாடாகும். இவ்வாறு இடையர் அமைத்துக் கொள்வதற்குரிய செயல் மூப்படைந்த பசுக்களுக்கும், இறந்த பசுக்களுக்கும் ஈடாகத் தமக்கு உரிமையான கன்றினங்களில் பருவமடைந்த கன்றுகளை எண்ணிக்கை குறையாமல் அவற்றிற்கு ஈடுசெய்து வைத்தலேயாகும் (கோவிந்தராசன். சி.1987: 188).

தாம் பெற்றுக்கொண்ட கால்நடைகள் இனப்பெருக்கத்தால் பல்கிப்பெருகும் போது அவற்றைக்கொண்டு இறந்துபோன கால்நடை களையும் மூப்படைந்த கால்நடைகளையும் ஈடு செய்துகொண்டு தம்மிடம் தொடக்கத்தில் வழங்கப்பட்ட கால்நடைகளின் எண்ணிக்கை அளவு குறையாமல் பார்த்துக்கொள்ள வேண்டும் என்ற விதிமுறை நுட்பமான ஒன்றாகும்.

அத்துடன் பசுக்களுடன் அவற்றின் இனப்பெருக்கத்திற்கு உதவும் வகையில் பொலிக்காளையையும் சிலர் வழங்கியுள்ளனர். இதுபோல் ஆடுகளின் இனப்பெருக்கத்திற்காகப் பொலிஆடும் வழங்கப் பட்டுள்ளது. இதைப் பொலி தகர் (தகர்: கிடா) என்று கல்வெட் டொன்று (தெ.இ.க.5. க.எ.646) குறிப்பிடுகிறது.

எருமைநெய்

கோவிலில் விளக்கெரிக்க எருமையின் நெய்யும் பயன்பட்டுள்ள மைக்கு, கல்வெட்டுச் சான்றுகள் உள்ளன. சென்னை அருகில் உள்ள பெருங்களத்தூர் அகஸ்தீஸ்வரர் கோயிலில் உள்ள மூன்றாம் ராஜராஜனின் (1216-46) ஆறாவது ஆட்சியாண்டுக் கல்வெட்டில் (கி.பி.1221) திரு.அகஸ்தீஸ்வரம் உடையார் கோவிலில் விளக்கெரிக்க ஒரு பசுவும், ஓர் எருமையும் கொடையாக வழங்கப்பட்ட செய்தி இடம்பெற்றுள்ளது (A.R.E. 1974-75. எ.47).

காஞ்சிபுரம் அருளாளப் பெருமாள் கோவிலில் உள்ள மூன்றாம் இராசராசனின் 20ஆம் ஆட்சியாண்டுக் கல்வெட்டு (1238) திருநந்தா விளக்கு எரிக்க, பன்னிரண்டு எருமைகளை சாலியர் ஒருவர் கொடையாக வழங்கியதைக் குறிக்கிறது (சிவானந்தம். 2011: 168).

இதே கோவிலில் உள்ள மற்றொரு கல்வெட்டு 1252ஆம் ஆண்டில் நந்தா விளக்கு ஒன்று எரிக்க பதினொன்று எருமைகளைக் கொடையாக வழங்கியதைக் குறிப்பிடுகிறது. இவற்றுள் ஒன்று பொலி எருமை யாகும் (மேலது. 231).

இராமகிரி வாலீஸ்வரன் கோவில் பைரவர் சன்னதிக்கு எதிரில் உள்ள கல்மண்டபத்தின் தென்புறச்சுவரில் திரிபுவனச் சக்கரவர்த்தி வீரகண்ட கோபாலன் என்பவனது மூன்றாவது ஆட்சியாண்டுக் கல்வெட்டு ஒன்று உள்ளது. யாதவராயன் என்பவன் விளக்கெரிப்பதற்குக் கொடையாக பதினாறு எருமைகள் வழங்கியதாக இக்கல்வெட்டு குறிப்பிடுகிறது (A.R.E.1904 எ.659).

இவ்விரு கல்வெட்டுகளிலும் நெய்யும் தயிரும் வழங்க வேண்டும் என்றும் குறிப்பிடப்பட்டுள்ளது. 1238ஆம் ஆண்டுக் கல்வெட்டில் நாள் ஒன்றுக்கு ஆழாக்கு நெய்யும் (அரைக்கால் படி) 'உரி' (அரை நாழி) அளவு தயிரும் வழங்க வேண்டும் என்று குறிப்பிடப் பட்டுள்ளது. திருநாட்களில் தேவைக்கேற்ப வழங்க வேண்டும் என்றும் இவ்விரு கல்வெட்டுகளில் குறிப்பிடப்பட்டுள்ளது. இக்கல்வெட்டுகளின் அடிப்படையில் பார்க்கும்போது இன்று காணப்படுவது போல் எருமையின் தயிரும் நெய்யும் விலக்கப்பட்ட பொருளாக கோவில்களில் இல்லை என்பது புலனாகிறது. திருநாட் களிலும் கூட இவற்றின் பயன்பாட்டிற்குத் தடை இல்லை.

நெய்யளவும் முதலீடும்

நந்தா விளக்கு எரிக்க நாள் ஒன்றுக்கு உழக்கு நெய் செலவாகி யுள்ளது. இந்நெய்யைப் பெற தொண்ணூறு ஆடுகள் தேவைப்பட்டுள்ளன என்று தெரிய வருகிறது (தெ.இ.க.6.க.எண்கள். 22, 23). பாதி நேரம் எரியும் விளக்குகளுக்கு ஆழாக்கு நெய் தேவைப்பட்டுள்ளது. இதற்கு 45 ஆடுகள் வழங்கியுள்ளனர். பகற்பொழுதில் விளக்கெரிக்க சூல உழக்கால் ஆழாக்கு நெய் நாளும் வழங்க அய்ம்பது ஆடுகளை வழங்கியுள்ளனர். (தெ.இ.க.3:28). உழக்கு நெய் நாளும் பெற இருபத்தியேழு பசுக்கள் வழங்கியுள்ளனர் (மேலது : 24). இரண்டு நந்தா விளக்கு எரிக்க நாளும் உரி அளவு நெய் வழங்க தொண்ணூற்றாறு ஆடுகளை வழங்கியுள்ளனர் (தெ.இ.க3: 195).

'எளர்புறை நிறை' என்ற அளவு முறையிலான 12½ கழஞ்சுப் பொன், உழக்கு நெய்க்கு முதலீடு செய்யப்பட்டுள்ளது(தெ.இ.க.6:372, 374). துளைப்பொன் மூன்று கழஞ்சு பகல் விளக்கெரிக்க முதலீடாக வைக்கப்பட்டுள்ளது (தெ.இ.க.3: 101).

நெய்யில் இருந்து எண்ணெய்க்கு

நெய் ஊற்றி விளக்கெரிப்பதுடன் மட்டுமின்றி எள்ளில் இருந்து எடுக்கும் எண்ணெயையும் இலுப்பைமர விதையிலிருந்து எடுக்கும் எண்ணெயையும் பயன்படுத்தியுள்ளனர். எள் எண்ணை, மர எண்ணை என்று 1241ஆம் ஆண்டைச் சார்ந்த முதலாம் இராசராசனின்

திருநள்ளாறுக் கல்வெட்டு குறிப்பிடுகிறது (குப்புசாமி, 2006. க.எ.474). இங்கு மர எண்ணை என்பது இலுப்பை எண்ணெய் ஆக இருக்கலாம். எண்ணெய் வித்துத் தாவரங்களான ஆமணக்கு, எள் என்ற இரண்டையும் செடி என்றே குறிப்பது வழக்கம். எனவே மர எண்ணை என்பது இலுப்பை எண்ணெயையே குறிக்கிறது. இலுப்பை எண்ணெய் எடுக்க இலுப்பை மரங்கள் அடர்ந்த இலுப்பைத் தோப்புகள் இருந்தன. கோவிலுக்கு வருவாய் ஈட்டித் தரும் நோக்கில் மரங்களை நட்டமை குறித்து கல்வெட்டுகள் சில குறிப்பிடுகின்றன. இவ்வாறு நடப்பட்ட மரங்களில் இலுப்பை மரமும் இடம்பெற்றுள்ளது. எண்ணெய் எடுக்க செக்குகளும் நிறுவப்பட்டன.

ஏறத்தாழ கி.பி.850ஆம் ஆண்டு காலத்தியக் கல்வெட்டொன்று பெண் ஒருத்தி மனையொன்றை விலைக்கு வாங்கி அதில் நான்கு செக்குகளை நிறுவி அதன் வருவாயினால் நந்தா விளக்கு எரிக்க ஏற்பாடு செய்துள்ளதைக் கூறுகிறது. இச்செய்தியை, 'நாலு செக்கு இட்டுக் கொண்டு நாலு நொந்தா விளக்கு எரிப்பதற்கு' என்று கல்வெட்டு குறிப்பிடுகிறது (கே.விஜய வேணுகோபால், 2010: 21).

விருதுநகர் மாவட்டம் அருப்புக்கோட்டை வட்டம் பாலவநத்தம் என்ற ஊரிலுள்ள கயிலாயமுடையார் கோவிலில் உள்ள 13-ஆவது நூற்றாண்டுக் கல்வெட்டொன்று 'ஒரு செக்கு நாட்டி' திருநந்தா விளக்கு எரிக்கச் செய்தமையைக் குறிப்பிடுகிறது (இராசேந்திரன், பெ.2008:51).

இரண்டாம் ராஜேந்திரசோழன் (1052-1063) தன் பெயரால் 'ராஜேந்திர சோழபாடி' என்ற குடியிருப்பை உருவாக்கி 25 சங்கரபாடியார் (எண்ணெய் வணிகர்) குடும்பங்களைக் குடியேற்றி திருவாலங்காடு கோவிலில் விளக்குகள் எரிக்க எண்ணெய் ஆட்டித் தரும்படி செய்துள்ளான் (தெ.இ.க.iii. 65). 'இத்தேவர்க்கு திருவிளக் கெண்ணை ஆட்டக்கடவர்களாக' என்ற கட்டளை இக்கல்வெட்டில் இடம் பெற்றுள்ளது. நெய்யும் எண்ணெயும் ஒரே காலத்தில் பயன் பாட்டில் இருந்துள்ளன. ஆயினும் நெய் சிறப்புக்குரியதாய் இருந்துள்ளது. ஆமணக்கு எண்ணெய் கோவில்களில் விளக்கெரிக்கப் பயன்படுத்தப்பட்டுள்ளதா என்பது தெரியவில்லை. ஆனால் ஊர் அம்பலக் கூட்டங்களில் விளக்கெண்ணெய் பயன்பட்டுள்ளது. வணிகப் பொருளாக ஆமணக்கு விளங்கியதையும் அதற்கு வரிவிதிக்கப் பட்டதையும் இடைக்காலத் தமிழகக் கல்வெட்டுகள் குறிப்பிடு கின்றன. கும்பகோணம் அருகில் உள்ள கொட்டையூர் சிவன் கோவிலின் தல மரமாக ஆமணக்கு உள்ளது. மேலே குறிப்பிட்ட திருநள்ளாறுக் கல்வெட்டுக்கு எழுதிய முன்னுரையில்:

விளக்கெரிக்கப் பெரும்பாலும் நெய் பயன்படுத்தப்பட்ட மரபு மாறி எள் எண்ணெயும் மர எண்ணெயும் பயன்படுத்திய வழக்கினை இக்கல்வெட்டு சுட்டுகிறது. இதன் காரணம் தரத்தின் வீழ்ச்சியா? பொருளாதார நிலையா என்பது மேலும் ஆராயப்பட வேண்டுவது.

என்று விஜய வேணுகோபால் (குப்புசாமி, எஸ்.பாகூர். 2006: 529) குறிப்பிட்டுள்ளார். அவரது அவதானிப்பு நுட்பமான ஒன்றுதான். அத்துடன் வேறு ஒரு சமூக நிகழ்வையும் இத்துடன் பொருத்திப்பார்க்க வேண்டும். இங்கு சமூக நிகழ்வென்பது பண்பாட்டு ஆதிக்கமாகும்.

வைதீகத்தின் தாக்குதல்

பல்லவர் காலத்தில் செல்வாக்குப் பெறத் தொடங்கிய வடபுல வைதீக நெறி சோழர் காலத்தில் வளர்ச்சி பெற்று உச்ச கட்டத்தை எட்டியது. பல்லவர் காலத்தில் வைதீக சமயத்திற்கு எதிராகத் தம்மை நிலை நிறுத்திக்கொண்டிருந்த அவைதீக சமயங்களான சமணம், பௌத்தம் ஆகியன வலுக்குன்றிப் போயின. பிராமணர்களுக்கென்று பிரம்மதேயம், சதுர்வேதிமங்கலம் என்ற பெயர்களில் தனிக்குடியிருப்பு களை சோழ மன்னர்கள் உருவாக்கினர். அக்கிராம நிர்வாக அமைப்புகள் கூட, சபை என்ற பெயரில் பிராமணர்களின் கட்டுப்பாட்டில் இருந்தன. ஊர்ப் பொது நிலங்களின் மீதும் கோவில் சொத்துக்களின் மீதும் பிராமணர்களும் வெள்ளாளர்களும் ஒன்றிணைந்து ஆதிக்கம் செலுத்தினர். சமூகத்தின் மீது ஆதிக்கம் செலுத்துவதில் இணைந்து செயல்பட்டனர். இத்தகைய சமூகச் சூழலில்தான் நந்தா விளக்கு கோவில்களில் இடம்பெற்றிருந்தது. அத்துடன் அது சிறப்பான இடத்தையும் பெற்றிருந்தது. இவ்வுண்மையைச் சோழர் காலக் காப்பியங்கள் உணர்த்துகின்றன.

'நந்தா விளக்குச்சுடர் நன்மணி நாட்டப் பெற்றே' என்று சீவக சிந்தாமணி குறிப்பிடுகிறது. இராமனைப் பிரியப் போகிறோம் என்ற ஏக்கத்தில் அயோத்திநகர மகளிர் இருந்த நிலையை 'நந்தா விளக்கின் நடுங்குகின்ற நங்கைமார்' என்றும், இறந்த தந்தை தயரதனை நினைத்து 'நந்தா விளக்கனைய நாயகனே' என்று கூறிப் புலம்பியதாகவும் கம்பர் குறிப்பிட்டுள்ளார். சமூக நடப்பியலில் நந்தா விளக்கு வகித்த இடத்தை இவ்விரு காவியங்களும் பதிவு செய்துள்ளன.

மதிப்புறு நந்தா விளக்கு எரிவதற்கான நெய், பசு, எருமை, ஆடு என்ற மூன்றின் பாலில் இருந்தே பெறப்பட்டது. இவற்றுள் ஆடு பரவலாக இடம்பெற்றிருந்தது. இது வைதீக சமயத்தின் ஆய்வுக்குள்ளாகியது.

பசு மட்டுமே வைதீக சமயத்தின் பார்வையில் புனிதமானது. எருமையும் ஆடும் புனிதமற்றவை. பெரும்பாலும் நந்தா விளக்கு கோவிலின் புனித இடமாகக் கருதப்படும் கருவறையில் எரியக் கூடியது. எனவே புனிதமற்றவை என்று அவர்கள் கருதும் எருமை, ஆடு என்ற இரண்டு விலங்குகளின் பாலில் இருந்து உருவாக்கப்படும் நெய்யைப் பயன்படுத்த முடியாது. ஏற்கனவே இலுப்பை எண்ணெய் பயன்பாட்டில் இருந்தமையால் தாவர நெய்க்கு (எண்ணெய்க்கு) மாறுவதில் அதிக சிரமம் இல்லை.

இவ்வாறு கல்வெட்டுகளில் பரவலாக இடம்பெறும் 'நந்தா விளக்கு' தமிழ்நாட்டில் நிகழ்ந்த பண்பாட்டு ஆதிக்கம் ஒன்றினை வெளிப்படுத்தி நிற்கிறது. இவ்ஆதிக்கம் இன்றும் தொடர்வதன் வெளிப்பாடாக ஆட்டு நெய் பலரும் கேள்விப்படாத ஒன்றாகிவிட்டது. எருமை நெய், பசுவின் நெய்யைவிடத் தாழ்வானது, புனிதமற்றது என்ற எண்ணம் தமிழர்களிடம் ஆழமாக வேரூன்றிவிட்டது. எருமையின் கருநிறமும் இவ்வெண்ணத்திற்கு வலுவூட்டி உள்ளது எனலாம். கோவில்களில் கோசாலைகள்தான் உள்ளன. எருமை சாலைகள் இல்லை. கோவில் சார்ந்த நிகழ்வுகளில் எருமையின் பாலும், நெய்யும் தடை செய்யப்பட்ட பொருள்களாகிவிட்டன.

அதே நேரத்தில் நெய்யைப் பயன்படுத்திக் கோவிலில் விளக்கெரிப்பது முக்கிய இறைப் பணியாகக் கருதப்பட்டது. இதற்குச் சான்றாக சோழர் காலத்தில் எழுதப்பட்ட (கி.பி.12ஆம் நூற்றாண்டு) பெரிய புராணத்தில் இடம்பெறும் கணம்புல்ல நாயனார் புராணத்தைக் கூறலாம்.

செல்வந்தரான இவர் 'பெருஞ்செல்வம் தலை நின்ற பயன் இதுவென்று ஓவாத ஒளிவிளக்குச் சிவன்கோயில் உள்ளெரித்து' வந்தார் என்று இவர் மேற்கொண்ட சமயப் பணியை சேக்கிழார் குறிப்பிடுவார். வறுமையுற்றபோது, தம் இல்லத்தில் உள்ள பொருட்களை எல்லாம் விற்று அப்பணியைத் தொடர்ந்தார். அதுவும் இயலாத நிலையில் தில்லை சென்று 'கணம்புல்' என்ற புல்லை அறுத்து, விலைக்குக் கொடுத்து, 'விலை பொருளால் நெய்மாறித் தூயதிரு விளக்கெரித்தார்' என்கிறார் சேக்கிழார். கணம் புல்லநாயனார் புராணம் பின்வரும் இரு கருத்துக்களை முன்மொழிகிறது. (i) கோவிலில் விளக்கெரிப்பது அடியவரின் கடமை (ii) அவ்விளக்கெரிக்க நெய் பயன்படுத்துவது சிறப்பானது.

இரண்டாவது கருத்தை நடைமுறைப்படுத்த எருமை, ஆடு ஆகிய இரண்டின் பாலில் இருந்து பெறலாகும் நெய் இழிவானது என்ற வைதீக சமயக் கருத்து தடையானது. தேவைக்கேற்ற நெய்யை பசுவின்

வாயிலாக மட்டும் பூர்த்தி செய்ய இயலாத நிலை உருவானது. இதை ஈடுசெய்ய தாவர எண்ணெயைப் பயன்படுத்தலாயினர்.

சான்றாதாரம்

தெ.இ.க.**தென்இந்தியக் கல்வெட்டுகள்,** தொகுதிகள்: 3,5,6.

I.P.S. Inscriptions of the Pudukottai State.

கிருஷ்ணமூர்த்தி ச., *(2001)* திருவோத்தூர் வேதபுரீசுவரர் கோயில் கல்வெட்டுகள், **ஆவணம்,** இதழ்: 12 ஆண்டு 2001.

குப்புசாமி, எஸ்.பாகூர், *(2006)* **புதுச்சேரி மாநிலக் கல்வெட்டுகள்.**

கோவிந்தராசன். சி., *(1987)* **கல்வெட்டுக் கலைச்சொல் அகரமுதலி.**

சுப்பிரமணியன், தி.நா. *(2011)* **கல்வெட்டுச் சொல்லகராதி.**

சிவானந்தம், சம்பத். *(2011)* **காஞ்சிபுரம் மாவட்டக் கல்வெட்டுகள்.**

விஜய வேணுகோபால், *(2010)* திருமூலத்தானம் கோயில் கல்வெட்டுகள், **ஆவணம்,** இதழ் 21, ஆண்டு 2010.

விளக்கின் பின்னால்

மறுமையில் நற்கதி பெறவும், இம்மையில் நல்வாழ்வு கிட்டவும் கோவில்களில் விளக்கேற்றி வைப்பது முற்காலப் பாண்டியர் ஆட்சி யிலும் பிற்காலச் சோழர் ஆட்சியிலும் பெருவழக்காய் இருந்துள்ளது. இவ்விளக்குகள் எரிக்கத் தேவையான நெய் அல்லது எண்ணெய் பெற கால்நடைகளையும், பொன்னையும், விளைநிலங்களையும் கொடை யாக வழங்கும் வழக்கம் நிலவியுள்ளது. இதுதொடர்பாக ஏராளமான கல்வெட்டுகள் கிடைத்துள்ளன.

விளக்கேற்றுதல் என்ற செயலைக் குறிப்பிடும் கல்வெட்டுகளில் அதிர்ச்சியூட்டும் செய்திகள் சிலவும் இடம் பெற்றுள்ளன. சான்றாக முதலாம் இராஜராஜ சோழனை மையமாகக் கொண்ட இரு செயல் களைக் காண்போம்.

இறந்தோரின் நினைவாக நந்தா விளக்கு எரித்தமை தொடர்பாக முக்கியக் கல்வெட்டொன்றுள்ளது. முதலாம் இராஜராஜனின் 14ஆவது ஆட்சியாண்டைச் சேர்ந்த (கி.பி.1009) இக்கல்வெட்டு கூறும் செய்தி வருமாறு:

இராஜராஜனின் வீரர்களாக இருந்த முத்தரையன் என்பவனும், காரி குளிரின் வாகை என்பவனும் மன்னன் முன் விற்போர் நடத்தினர். இப்போரில் காரி குளிரின் வாகை இறந்து பட்டனன். இவன் நினைவாக இவனது உறவினர்கள், கரந்தையில் உள்ள ஆலயத்தில் நந்தா விளக்கு எரித்துள்ளனர். இது தொடர்பாக அவர்கள் கொடை எதுவும் வழங்கிய தாக இக்கல்வெட்டு குறிப்பிடவில்லை. மன்னனின் மகிழ்ச்சிக்காகப் போர் வீரர்கள் தம்முள் சண்டையிட்டு மடியும் அவலம் நிலவியதை இக்கல்வெட்டு அறியச் செய்கிறது.

ரோம் வரலாற்றில் பிரபுக்களின் மகிழ்ச்சிக்காக விலங்குடனும், தன்னையொத்த வீரனுடனும் சண்டையிட்டு மடிந்த 'கிளாடியேட்டர்' என்ற அடிமைகளை நினைவூட்டுவதாக இச்செய்தி உள்ளது.

கோவில்களில் நந்தா விளக்கெரிக்க வழங்கும் நிலக்கொடைகள் சாமானிய மனிதனின் நில உரிமையைப் பறித்தும் நிகழ்ந்துள்ளன என்று கருதும் வகையில் கல்வெட்டுச் செய்தியொன்றுள்ளது.

" முதலாம் ராஜராஜனின் ஆட்சியின் போது அவனது சகோதரி குந்தவைப்பிராட்டி, கருந்திட்டைக்குடி (தற்போது தஞ்சையில் ஒரு பகுதியாக உள்ள கரந்தை) கோவிலில் நந்தா விளக்கெரிக்க விரும்பியுள்ளாள். இதன் பொருட்டு பிராமணரின் பிரமதேய நிலங்கள், பிற சாதியினர் காணியாகப் பெற்றிருந்த நிலங்கள் (ஊழியம் செய்ய ஊதியத்திற்கு மாற்றாக வழங்கப்பட்ட நிலங்கள்) நீங்கலாக, ஏனையோரின் நிலங்களைக் கட்டாயமாக 'விற்றுக் காசுதண்டுக' (விலைக்கு வாங்குக) என்று ராஜராஜ சோழன் ஆணையிட்டான். அதன்படி சாத்தம்பி என்ற அரச அதிகாரி எண்பத்து மூன்றரையே மூன்றுமான அரைக்காணி நிலத்தைக் கட்டாயமாக விலையாவணப் படுத்தி வாங்கினான். இவ்விற்பனையானது ராஜகேசர சதுர்வேதி மங்கல சபையார் என்ற பிரமதேய சபையினரின் பெயரில் நிகழ்ந்து, பின் அச்சபையினரிடம் இருந்து குந்தவைபிராட்டி விலைக்கு வாங்கி கருந்திட்டைக்குடி கோவில் விளக்கெரிக்கக் கொடையாக வழங்கினாள் (தெ.இ.க.5: 1409).

மன்னனின் சகோதரி நந்தா விளக்கேற்றிப் புண்ணியம் தேடிக் கொள்ள சிறுநில உடைமையாளர்கள் தம் நிலத்தைக் கட்டாயமாக விலைக்கு விற்கும் நிலைக்குத் தள்ளப்பட்டுள்ளனர். மேலும் இவ்விற்பனை நேரடியாக நிகழவில்லை. சிறு நில உடைமையாளர்களிடம் இருந்து நிலங்களைப் பிராமணர் சபை விலைக்கு வாங்கி பின் அந்நிலங்களை குந்தவை பிராட்டியாருக்கு விலைக்கு விற்றுள்ளது. இதற்கான காரணம் கல்வெட்டில் தெளிவாகக் கூறப்படவில்லை. ஒருவேளை பிராமணர்களிடம் இருந்து விலைக்கு வாங்குவது புனிதமானது என்ற நம்பிக்கை காரணமாக இருந்திருக்கலாம், அல்லது விற்பனையில் ஆதாயம் பெற உதவும் நோக்கமாக இருந்திருக்கலாம்.

குடிமக்களின் சொத்துக்களைக் கட்டாயமாக விலைக்கு வாங்கும் நம் கால அரசியல்வாதிகள் சிலரின் முன்னோடி என்று ராஜராஜ சோழனைக் குறிப்பிடுவதில் தவறில்லை.

கீழ்சாதிகளைத் தண்டிக்கும் முறைமைகளிலே

செங்கல்பட்டு மாவட்டத்திலுள்ள ஊர் திருக்கச்சுழி. இங்குள்ள கச்சேஸ்வரர் கோவிலின் வடக்குப் பிரகாரத்தில் கல்வெட்டொன்றுள்ளது. இக்கல்வெட்டு ஜடாவர்மன் என்ற திரிபுவன சுந்தரபாண்டியனின் பதிமூன்றாம் ஆட்சியாண்டில் (கி.பி.1263 பிப்ரவரி 14) வெட்டப் பட்டதாகும்.

நம் கால நாளேடுகளில் இடம்பெறும் செய்தியைப் போன்ற நிகழ்வு ஒன்றை இக்கல்வெட்டுப் பதிவு செய்துள்ளது.

உதிரிப்பாக்கம் என்ற பெயரில் ஒரு கிராமம். இது பிராமணர் களுக்குரித்தான சதுர்வேதிமங்கலக் கிராமமாகும். இக்கிராமத்தில் ஆவணச்செட்டு ஐயன் என்ற பிராமணன் வாழ்ந்துவந்தான். இவனுக்கு ஆட்கொண்ட வில்லி, பாம்பணையான், கிரணன், வரதன், செல்வன் என்ற பெயர்களைக் கொண்ட அய்ந்து மகன்கள். இவர்கள் அய்வரும் மேற்கொண்ட செயல்களை இக்கல்வெட்டு பின்வருமாறு குறிப்பிடுகிறது.

> 'பிராமணரும் வேளாளரும் வந்திக்கும் முறைமைகள் ஒழிய, கீழ்சாதிகள் செய்யும் முறைமைகளிலே ஆயுதங்கள் கட்டியும், பிராமணரை வெட்டியும், செவி அறுத்தும், பிராமணிகளைத் தூஷித்தும், களவு கண்டும், கன்று காலிகளை அழித்து விற்கும்...'

இச்செயல்களினால் பாதிக்கப்பட்ட பிராமணரும், நாட்டாரும், நகரத்தாரும் மன்னனிடம் முறையிட்டனர். அதன்பேரில் அவர்களைப் பிடித்து சிறையில் அடைத்தனர். அவர்களுக்குரிமையான மனைகளையும், காணிகளையும் பறிமுதல் செய்து கோவிலுக்குரிமையானதாக்கி விலைக்கு விற்றனர்.

இக்குற்றங்களுக்காக அவர்களைத் தண்டித்த முறை குறித்து 'கீழ்சாதிகளைத் தண்டிக்கும் முறைமைகளிலே' என்று இச்செய்தியைக் கூறும் கல்வெட்டு(தெ.இ.க.26:333) குறிப்பிடுகிறது.

1. பிராமணரும் வேளாளரும் வந்திக்கும் முறைமைகள் ஒழிய.
2. கீழ்சாதிகள் செய்யும் முறைமைகளிலே
3. கீழ்சாதிகளைத் தண்டிக்கும் முறைமைகளிலே

என்று இக்கல்வெட்டில் இடம்பெறும் மூன்று தொடர்கள் ஆராயப்பட வேண்டியவை.

முதல் தொடர் பிராமணரும் வேளாளரும் மேற்கொள்ளும் வழிமுறைகள் நீதி சார்ந்தவை என்ற பொருளை உணர்த்துகிறது.

இரண்டாவது தொடர், நீதி சாராத அடாவடிச் செயல்களைக் கீழ்சாதியினர்தான் மேற்கொள்வர் என்று கூறுகிறது.

மூன்றாவது தொடர் மேற்சாதிக்கு வழங்கப்படும் தண்டனை முறையில் இருந்து மாறுபட்ட தண்டனை முறை கீழ்சாதியினர் என்று அடையாளப்படுத்தப்பட்ட சாதியினருக்கு வழங்கப்படும் என்ற உண்மையை வெளிப்படுத்துகிறது.

கீழ்சாதியினருக்கு என்று மாறுபட்ட தண்டனை வழங்கப் படுவதும் மேல்சாதியினருக்கு அத்தண்டனை முறையில் இருந்து விலக்களிப்பதும் மன்னர் ஆட்சியில் நடைமுறையில் இருந்துள்ளது தொடர்பான கல்வெட்டுச் சான்றுகள் உள்ளன.

மன்னராட்சிக் காலத்தில் குடிமக்களிடமிருந்து பல்வேறு வரிகளை வாங்கியுள்ளனர். வரியைக் குறிக்கப் பல்வேறு சொற்கள் வழக்கில் இருந்துள்ளன. அவற்றுள் கடமை என்பதும் வரியைக் குறிக்கும் ஒரு சொல்லாகும். கடமை வாங்கச் செல்லும் சேவகர்களும் அதிகாரிகளும் அதைக் கொடாதவரைச் சிறைபிடித்தலும், கடுமையான வசவுச்சொற்களைக் கூறுதலும் உண்டு. அத்துடன் வீடுகளுக்குள் நுழைந்து உலோகப் பாத்திரங்களைக் கைப்பற்றுவதும், மண்பாத்திரங்களை உடைப்பதுமுண்டு. இச்செயலை **மண்கலம் உடைத்து வெண்கலம் எடுத்து** என்று கல்வெட்டுகள் குறிப்பிடும்.

பழங்கூரன் குன்றன் என்ற அதிகாரி சேந்தன் உமையாள் என்ற பெண்ணிடம் அவள் வரிசெலுத்தியிருந்தும் செலுத்தவில்லை என்று கூறி, மன்னன் முன்பு அவளை நிறுத்தினான். அவமானம் தாங்காது அப்பெண் நஞ்சு குடித்துத் தற்கொலை செய்து கொண்ட நிகழ்வைக் கல்வொட்டொன்று (தெ.இ.க.22: க.எண்.80) குறிப்பிடுகிறது.

ஆனால் இத்தகைய கடுமையான அணுகுமுறையைப் பிராமணரிடமும், வேளாளரிடமும் காட்டக்கூடாது என்ற நடைமுறை இருந்துள்ளது. இவ்வுண்மையை,

'...... கடமை கொள்ளும் இடத்து
சேவகர் வீட்டில் புக்கு அரவதண்டஞ் செய்யாதே'

என்று கல்வெட்டொன்று குறிப்பிடுகிறது. இக்கல்வெட்டுத் தொடரில் இடம்பெறும் 'அரவதண்டம்' என்ற சொல் கடுமையான வசவுச் சொற்கள் கூறுதலைக் குறிப்பதாகும். சில கல்வெட்டுகள் *(தெ.இ.க.6: க.எ.48, 50, 58).*

'கடமைக்கு வெள்ளாளரைச் சிறைபிடித்தல்,
இவர்கள் அகங்களில் ஒடுக்குதல் செய்யக்
கடவதல்லதாகவும்'

என்று குறிப்பிடுகின்றன. வெள்ளாளர் அல்லாதாரைச் சிறைபிடித்தலும், அகங்களில் ஒடுக்குதல் செய்தலும் நிகழ்த்த அனுமதியுண்டு என்பதை இக்கல்வெட்டுகள் மறைமுகமாக உணர்த்துகின்றன.

தமிழ் மன்னர்களின் கல்வெட்டுகளில் இடம்பெறும் மெய்க் கீர்த்திகளில் **மனுநெறி தழைக்க, மனுவாறு செழிக்க** என்ற தொடர்கள் இடம்பெற்றுள்ளன. இதற்கேற்ப ஒரு குலத்துக்குகொரு நீதி கூறும் மனுவின் நீதிமுறையை நம் மன்னர்கள் தவறாது கடைப்பிடித்துள்ளனர் என்பதற்கு மேற்கூறிய கல்வெட்டுச் செய்திகள் சான்று பகர்கின்றன.

சான்றாதாரம்

தென்இந்தியக் கல்வெட்டுகள், தொகுதி: *6, 22, 26.*

இடைக்காலத் தமிழக வரலாற்றில் கோவில் திருட்டுக்கள்

சோழர் ஆட்சியிலும் பாண்டியர் ஆட்சியிலும், தமிழர்களின் சமூக வாழ்வில் சைவ, வைணவ சமயக்கோவில்கள் மிகுந்த செல்வாக்குடன் விளங்கின. வழிபடும் இடமாக மட்டுமின்றி, விளைநிலங்களுடனும் கால்நடைகளுடனும் கலை, கல்வி, மருத்துவம் ஆகியனவற்றுடனும் நெருக்கமான பிணைப்பு கொண்டிருந்தன. இதன் அடிப்படையில் சைவ, வைணவ சமயக்கோவில்கள் பொருளியல் நிறுவனமாகவும், பண்பாட்டு நிறுவனமாகவும் ஒருசேர விளங்கின.

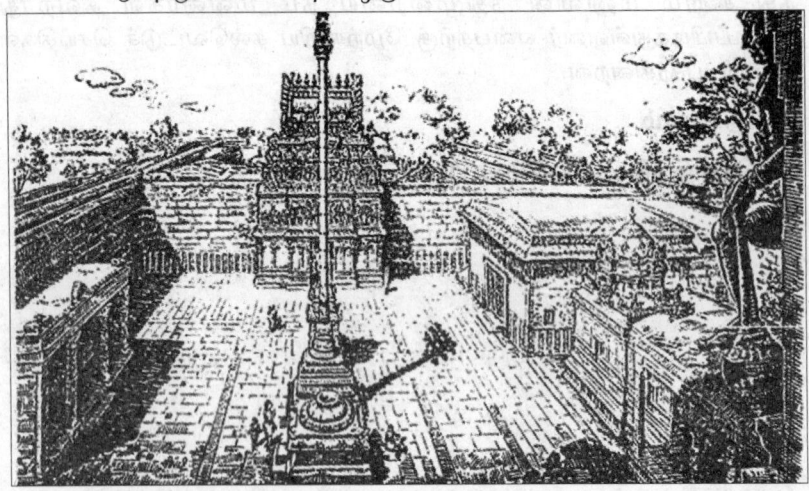

பொருளியல் நிறுவனம் என்ற நிலையில் பெரிய நிலவுடைமை யாளராகக் கோவில் காட்சியளித்தது; கோவில் நிலங்களை உழுது பயிரிடும் உழுகுடிகள், கோவிலைச் சார்ந்தே இருந்தனர். இவர்கள் செலுத்திய குத்தகை, கோவிலின் முக்கிய வருவாயினமாக அமைந்தது. மன்னர்கள், வணிகர்கள், கைவினைஞர்கள், பெருநிலக்கிழார்கள், உயர் அரசு அதிகாரிகள் ஆகியோர் அவ்வப்போது பொன், அணிகலன், பணம், உலோகப்பாத்திரங்கள், கால்நடைகள், விளைநிலங்கள் என்பனவற்றைக் கொடையாக வழங்கி வந்தனர். இதனால் பொருளியல் நிலையில் கோவில் தன்னிறைவு பெற்றிருந்தது.

உபரியாகப் பொருள் இருக்கும்போது அதை வட்டிக்குக் கடன் கொடுத்தது. விளைநிலங்களை ஒத்திக்குப் பிடித்தது அல்லது விலைக்கு வாங்கியது. இவற்றின் அடிப்படையில் தனக்கென, கருவூலத்தையும், கருவூலத்தை நிர்வகிக்கும் ஊழியர்களையும் கொண்டிருந்தது. இதனால்தான் 'கோவில் பொருளாதாரம்' என்ற சொல்லாட்சியை வரலாற்றாய்வாளர்கள் சிலர் பயன்படுத்துகின்றனர்.

பொருள்மிகும் இடத்தில் திருட்டு, கையாடல், கொள்ளை, நிதி வளங்களைத் தவறாகப் பயன்படுத்துதல் என்ற குற்றச்செயல்கள் நிகழ்வது இயல்பான ஒன்று. கோவிலும் இக்குற்றச்செயல்களில் இருந்து தப்பவில்லை. இடைக்காலச் சோழர், பாண்டியர் ஆகியோரது ஆட்சிக்காலத்தில் உருவான கல்வெட்டுகள் சிலவற்றில் இக்குற்றச் செயல்கள் பதிவாகியுள்ளன. இவற்றுள் சில கல்வெட்டுச் செய்தி களைப் பற்றியது இக்கட்டுரை.

குற்றச்செயல் ஒன்று (கி.பி.988 - 89)

வடஆற்காடு மாவட்டம் வாலசா வட்டம், திருமலாபுரம் மனக்கந்தீஸ்வரர் கோவிலில் முதலாம் இராசராசன் காலக் கல்வெட்டொன்றில் இக்குற்றச் செயல் இடம்பெற்றுள்ளது. மதுராந்தகன் கந்தரவாதித்தனார் என்ற சோழ அரசு அதிகாரி, வில்லவன் மூவேந்த வேளார், ராஜமார்த்தாண்ட மூவேந்த வேளார் என்ற அதிகாரிகளுடனும் வேறு நால்வருடனும் இணைந்து இக்கோவிலை ஆய்வு செய்தான்.

ஆய்வின்போது இக்கோவிலுக்குரிய சொத்துகளை இக்கோவில் ஊழியர்கள் சிலர் கையாடல் செய்துள்ளதைக் கண்டறிந்தனர். இறைவனுக்கு நாள்தோறும் படைக்கும் திருவமுது (படையல் உணவு) பெயரளவுக்கே படைக்கப்பட்டதென்று தெரியவந்தது. இச்செயலுக்காக இவர்களுக்குத் தண்டம் விதிக்கப்பட்டது (தெ.இ.க.22, பகுதி.1. கல்வெட்டு எண்:283).

குற்றச்செயல் இரண்டு (கி.பி.1099)

திருப்பனந்தாளில் முதலாம் குலோத்துங்கச் சோழனின் 24ஆம் ஆட்சியாண்டில் வெட்டப்பட்ட கல்வெட்டில் இக்குற்றச்செயல் இடம்பெற்றுள்ளது.

இரு அருச்சகர்கள் பூசைப்பொருட்களையும் அணிகலன்களையும் திருடியது மூன்றுமுறை கண்டு பிடிக்கப்பட்டுள்ளது. இக்குற்றங்களுக் காக அவர்கள் தண்டிக்கப்பட்டதாக ஆய்வாளர் கிருட்டினன் (1991:154) குறிப்பிட்டாலும், என்ன தண்டனை என்று குறிப்பிடவில்லை.

தண்டனை விதிக்கப்பட்டபின் நிகழ்ந்ததை அவர் பின்வருமாறு குறிப்பிட்டுள்ளார் (மேலது:154-155).

'பின்னர் அவர்கள் அரசரிடம் தங்கள் செயலுக்கு வருந்தி, மன்னிப்பு வேண்டி மேல்முறையீடு செய்தனர். அவ்வருச்சகர்கள் கையாடல் செய்த உடைமையின் மதிப்பான 240 காசுகளை அவர்கள் மீண்டும் கோவில் கருவூலத்தில் செலுத்த வேண்டுமென்று அரசர் ஆணை வழங்கினார். அவ்வாறு தண்டிக்கப்பெற்ற அருச்சகர்களில் ஒருவரான பாண்டன் குமரசாமி என்பவர் தன்னால் பணத்தைத் திரும்பச் செலுத்த இயலாத நிலையை விளக்கினார். தான் செலுத்த வேண்டிய தண்டத் தொகைக்கு ஈடாகத் தனக்குள்ள கோவில் பூசை உரிமையை அளித்தார். தடகேசுவர சுவாமி கோவிலில் தான் பூசை செய்த உரிமையில் மாதத்திற்கு நான்கரைப் பங்கைத்தான் இழப்பதாகவும், அதன் வாயிலாக வரும் வருவாயைக் கொண்டு ஈடுசெய்து கொள்ளுமாறும் கேட்டுக்கொண்டார்.'

குற்றச்செயல் மூன்று (கி.பி.1152)

நாகை மாவட்டம் பந்தநல்லூர் பசுபதீஸ்வரர் கோவிலில் இரண்டாம் இராசாதிராசனின் ஆறாம் ஆட்சியாண்டுக் கல்வெட்டொன்றில் இக்குற்றச்செயல் இடம்பெற்றுள்ளது. இக்கோவில் கருவூலத்தில் உள்ள தங்கத்தைக் கோவிலில் பூசை செய்யும் சிவப்பிராமணர்கள் திருடிவிட்டனர். இது கண்டுபிடிக்கப்பட்டவுடன் அவர்களது பூசை உரிமை பறிக்கப்பட்டது. பின் பூசை உரிமையை வேறு சிவப்பிராமணர்களுக்கு விற்றதில் 180 காசுகள் கிடைத்தன. இப்பணத்தைக் கோவில் கருவூலத்தில் சேர்த்தனர். எதிர்காலத்தில் அவர்களோ அவர்களது வழித்தோன்றல்களோ நியமிக்கப்படக் கூடாது என்ற முடிவும் எடுக்கப்பட்டது (கிருஷ்ணன். அ.1991: 150-151).

குற்றச்செயல் நான்கு (கி.பி.1225)

திருஅரங்கம் திருஅரங்கநாதர் கோவிலின் இரண்டாம் பிரகாரத்தின் கிழக்குச்சுவரில் மாறவர்மன் திரிபுவனச் சக்கரவர்த்தி சுந்தரபாண்டியனின் ஒன்பதாம் ஆட்சியாண்டுக் கல்வெட்டொன்றில் இக்குற்றச்செயல் இடம்பெற்றுள்ளது.

இக்கோவில் நிர்வாகிகள் ஒட்டரோடு கூடிக் கோவில் சொத்தைக் கையாடல் செய்தனர். இது பின்னர் கண்டு பிடிக்கப்பட்டது. ஆயினும் இவர்களுக்குத் தண்டனை எதுவும் வழங்கப்படவில்லை. இனி பணியில் தொடரக் கூடாது என்று தடைவிதிக்கப்பட்டது. எதிர்காலத்தில்

இதுபோன்ற செயல் நடக்காதிருக்க ஆண்டுக்கு ஒருமுறை நிர்வாகி களை மாற்றுவது என்று முடிவு செய்தனர் (தெ.இ.க.24, க.எ.192).

குற்றச்செயல் ஐந்து (கி.பி.1241)

திருநள்ளாறு தர்ப்பாரண்யேஸ்வரர் கோவிலில் மூன்றாம் இராசராசன் காலக் கல்வெட்டொன்றில் இக்குற்றச்செயல் இடம் பெற்றுள்ளது.

இக்கோவில் சிவப்பிராமணர்கள் நாள்தோறும் வழிபாட்டின் போது அரிசி, அவல், பால், எள் எண்ணெய், மரஎண்ணெய் ஆகியன வற்றை நிவந்தமாக அளிக்க வேண்டும். ஆனால் அவர்கள் அதைச் செய்யவில்லை. இது கண்டுபிடிக்கப்பட்டு அவர்களுக்குத் தண்டம் விதிக்கப்பட்டது.

பின் அப்பணத்தைக் கொண்டு நிலம் வாங்கி அதிலிருந்து வரும் வருவாயைக் கொண்டு இப்பொருள்களை வாங்கலாயினர் (குப்பு சாமி:2006, க.எ.479).

குற்றச்செயல் ஆறு (கி.பி.1255)

புதுக்கோட்டை மாவட்டம், குடுமியான்மலை மேலக்கோவில் பாறையில் உள்ள குடவரை கோவிலில் உள்ள கல்வெட்டொன்றில் இக்குற்றச்செயல் இடம் பெற்றுள்ளது. திரிபுவன வீரபாண்டியனின் இரண்டாம் ஆட்சியாண்டில் இது வெட்டப்பட்டுள்ளது.

திருநாலக்குன்றம் உடைய நாயனார் கோவிலில் பூசை செய்யும் குருக்கள் சிலர் அணிகலன்களையும் பணத்தையும் களவு செய்து விட்டனர். இச்செயல் கண்டு பிடிக்கப்பட்டதும் அப்பகுதியின் நாடு, நகரம், கிராமம் ஆகியனவற்றின் நிர்வாகிகள் கலந்துகொண்ட கூட்டம் நிகழ்ந்தது. இவர்கள் நடத்திய விசாரணையில் குன்றன் செருந்தி வனப்பெருமான் என்ற எதிரிலி சோழப் பட்டன் என்பவன் அறுபது பொன் எடுத்துக்கொண்டு கல் தச்சன் ஒருவனுடன் அதைப் பகிர்ந்து கொண்டதாகத் தெரிவித்தான். அத்துடன் வேறு யார் திருடினார்கள் என்பதையும் வெளிப்படுத்தினான். ஆனால் அவன் குறிப்பிட்டவர்கள், எதுவும் தெரியாது என்று கூறிவிட்டனர்.

இதனால் பழுக்கக் காய்ச்சிய இரும்பைக் கையில் எடுத்துத் தாம் குற்றம் அற்றவர்கள் என்பதை உறுதி செய்யும்படி அவர்களுக்குக் கட்டளையிடப்பட்டது. குன்றன் பங்கன், குன்ற மாறன், புற்றிடங் கொண்டான், பெரியான் தேவன், குன்றன் பிரம்பை, சங்கூதி ஆகியோர் அகஸ்தீஸ்வரமுடையார் திருக்கோயிலில் பழுக்கக் காய்ச்சிய இரும்பைக் கையில் எடுத்தனர்.

காய்ச்சிய இரும்பினால் கை வெந்தது. 'நானும் எடுத்தேன், பங்கனும் எடுத்தான். இவை அறிவேன்' என்று சங்கூதி கூறினான்.

குற்றவாளிகள் விற்பனை செய்திருந்த நிலங்களை வாங்கி யோருக்குக் கோவில் நிர்வாகம் பணம் கொடுத்து அதைத் தனதாக்கிக் கொண்டது. ஒத்தி வைத்திருந்த நிலங்களை ஒத்தித் தொகை கொடுக்காமலேயே மீட்டுத் தனதாக்கிக் கொண்டது (I.P.S. 601).

குற்றச்செயல் ஏழு (கி.பி.1291)

'இந்தியக் கல்வெட்டு ஆண்டறிக்கை' (Annual Reports on Indian Epigraphy) என்ற தலைப்பில் இந்திய அரசின் தொல்லியல் துறை தன் செயல்பாடுகளை ஆண்டுதோறும் நூல் வடிவில் வெளியிடுகிறது. இது ஆங்கில ஆட்சிக்காலத்தில் இருந்து நிகழ்கிறது.

1909ஆம் ஆண்டு அறிக்கையில் பின்வரும் செய்தி இடம் பெற்றுள்ளது. இன்றையப் புலனாய்வு இதழ்கள் வெளியிடும் செய்திக் கட்டுரை போன்று இது அமைந்துள்ளது. சிவகங்கை மாவட்டம் திருப்பத்தூரில் அழகப் பெருமாள் என்ற பிராமணன் கோவிலின் நிர்வாகியாக இருந்தான். வெளிநாட்டில் இருந்து பிராமண விதவை ஒருத்தியை அழைத்துவந்து தன் மனைவிபோல் அக்கிராமத்திலேயே தங்கவைத்தான். கோவிலில் படைத்த படையல் உணவைத் தன் சகோதரர்களுடன் வீட்டிற்கு எடுத்துச் சென்றான். கடவுளுக்குக் காணிக்கையாக வந்த பொருட்களையும் எடுத்துக் கொண்டான். கோவில் நிலங்களைப் பயிரிடுவோரிடம் இருந்து கையூட்டு வாங்கிக்கொண்டு கோவிலுக்குரிய பங்கை அவர்கள் செலுத்தியதாக கருவூலப் புத்தகத்தில் வரவு வைத்தான். கோவில் நிலங்களில் இருந்த மரங்களை வெட்டித் தன்வீடு கட்டப் பயன்படுத்தினான்.

இவை குறித்து மன்னனிடம் ஊர்ச்சபை முறையிட்டது. கல்வெட்டின் இறுதிப் பகுதி காணப்படாமையால் மன்னன் என்ன முடிவு எடுத்தான் என்பதை அறிந்துகொள்ள இயலவில்லை. இங்கு குறிப்பிடப்படும் மன்னன் மாறவர்மன் முதலாம் குலசேகர பாண்டியன் ஆவான். இவனது 23ஆவது ஆட்சியாண்டில் இக்கல் வெட்டு வெட்டப்பட்டுள்ளது (A.R.E. 1909; 82-83).

கல்வெட்டுகள் உணர்த்தும் உண்மை

இதுவரை பார்த்த ஏழு கல்வெட்டுகளும் (1) நைவேத்தியப் பொருள் (2) பொன் (3) பொன் அணிகலன் (4) மரம் (5) அரிசி (6) பூசைப் பொருட்கள் ஆகியனவற்றைத் திருடியுள்ளதைக் குறிப்பிடுகின்றன. கையூட்டு வாங்கிக் கோயில் கணக்கில் மோசடி செய்தது ஒரு கல்வெட்டில் (குற்றச்செயல்: ஏழு) இடம்பெற்றுள்ளது.

இச்செயல்களைச் செய்தோருக்குப் (1) பூசை செய்யும் உரிமையைப் பறித்தல் (2) தண்டம் விதிப்பு (3) பணத்தைக் கையாளும் பணியைத் தராமை (4) சொத்துகளைப் பறிமுதல் செய்தல் ஆகிய தண்டனைகளை விதித்துள்ளனர்.

குற்றச்செயலுக்கு விதிக்கப்பட்ட பிற தண்டனைகள் என்னவென்பது தெரியவில்லை. குற்றம் செய்ததைக் கண்டறிய காய்ச்சிய இரும்பைக் கையில் பிடிக்கும் சோதனை முறைக்குச் சிலர் ஆளாகியுள்ளனர். (குற்றச்செயல்:ஆறு) ஆனால் குற்றம் உறுதி செய்யப்பட்ட பின்னர் சொத்துகளைப் பறித்தல் மட்டுமே நிகழ்ந்துள்ளது. இவை அனைத்திலும் உள்ள ஒற்றுமைக் கூறு உடலை வருத்தும் தண்டனை எதுவும் வழங்கப்படாமையாகும்.

ஆனால் இவற்றிற்கு நேர்மாறாக இறைவியின் மீது சாத்தியிருந்த பட்டைக்காறை என்ற பொன் அணிகலனைத் திருடிய குடுமியான் மலை குடுமிநாதர் கோவில்பரிகலத்தாரில் (வேலையாட்களில்) ஒருவரான கைக்கோளர் தித்தியாண்டி சலம்பன் என்பவரின் கை துண்டிக்கப்பட்டுள்ளது. இந்நிகழ்வைக் கூறும் கல்வெட்டு (I.P.S.867) **பண்டாரத்திலே காவல் பண்ணி ஒரு கையும் ஆய்க்கினை பண்ணிக் காணியாட்சியும் இழக்கப்பண்ணி ஊர்விட ஒட்டி** என்று குறிப்பிடுகிறது.

இக்கல்வெட்டுத் தொடரின் அடிப்படையில் பார்க்கும்போது காவலில் வைத்துப் பின் கையை வெட்டியுள்ளார்கள். இதன் தொடர்ச்சியாக நிலவுடைமையைப் பறித்து ஊரைவிட்டுத் துரத்தி யுள்ளார்கள். ஒரு குற்றத்திற்கு நான்கு வகையான தண்டனைகள் விதிக்கப்பட்டுள்ளன.

குற்றத்தின் தன்மையைக் கணக்கில் எடுக்காமல், குற்றம் செய்தவனின் சாதி - பொருளியல், சமூகத்தகுதி ஆகியனவற்றை அடிப்படையாகக் கொண்டே நீதி வழங்கப்பட்டமை இக்கல்வெட்டால் வெளிப்படுகிறது.

கோவில்களில் அறங்காவலர்களாக இறைநம்பிக்கையற்றவர்கள் நியமிக்கப்படுவதைப் பகடி செய்யும் நோக்கில்,

நாங்கள் அறங்காவலர்கள்
ஆனாலும் நாத்தீகர்கள்
அதனால்தான்
ஆலயத்துக்கு வந்தாலும்
உண்டியலுடன் நின்றுவிடுகிறோம்.

என்று கவிஞர் பார்த்திபன் எழுதியுள்ளார். ஆனால் கோவில் திருடர்கள், இறைநம்பிக்கை அற்றவர்களாகத்தான் இருக்க வேண்டும் என்பதில்லை. அவர்கள் இறைநம்பிக்கை உடையவர்களாகவோ கோவில் பணியாளர்களாகவோ கூட இருக்கலாம் என்பதற்கு மேற்கூறிய கல்வெட்டுச் செய்திகள் சான்று பகர்கின்றன. இது போன்ற கல்வெட்டுச் செய்திகள் மட்டுமின்றி தனிப்பாடல் ஒன்றும் கோவில் திருட்டைப் பதிவு செய்துள்ளது. திரு.சாமி என்பவர் பிப்ரவரி 2, 2014 தினமணி வலைத்தளத்தில் இட்ட பின்வரும் பதிவை நண்பர் பேராசிரியர் கி.நாச்சிமுத்து அனுப்பி உதவினார். இப்பதிவில் இடம்பெறும் மன்னன் கிருஷ்ணதேவராயர், பாடும் கிளி குறித்த செய்திகள் கற்பனைத் தன்மை கொண்டவை என்றாலும் உண்மை நிகழ்வை அடிப்படையாகக் கொண்டு உருவான வாய்மொழிக்கதை எனலாம். அக்கதை வருமாறு:

நாயன்மார்கள் சிலைகளை மீட்ட பாடல்!

திருவாரூர் தியாகராசர் கோயிலில் 63 நாயன்மார்கள் சிலைகள் இருந்தன. அவற்றில் 2 சிலைகளை நாகராஜநம்பி என்பவர் அபகரித்துச் சென்று விற்றுவிட்டார். கோயில் பணியாளர்கள் இச்செய்தியை மன்னரிடம் தெரிவிக்க எண்ணினர். ஆனால், நாகராஜ நம்பிக்குப் பயந்து சொல்லாமல் விட்டுவிட்டனர்.

சிலைகளை வாங்கியவன் அவற்றைக் கொல்லன் உலைக் களத்திற்கு அனுப்பினான். இதையறிந்த புலவர் ஒருவர், சிலைகளைக் கொல்லன் சிதைத்துவிடும் முன்னர் இச்செய்தியை எந்த விதத்திலாவது மன்னன் கிருஷ்ணதேவராயரிடம் தெரிவித்துவிட வேண்டும் என முடிவு செய்தார்.

புலவர், பேசும் திறனுடைய ஒரு பஞ்சவர்ணக் கிளியை வளர்த்து வந்தார். அக்கிளியைப் பயன்படுத்தி, செய்தியை மன்னனுக்குத் தெரிவிக்க எண்ணினார். சிலைகள் களவாடப்பட்ட செய்தியை ஒரு பாடலாக இயற்றி, அப்பாடலைப் பாடுவதற்கு கிளியைப் பழக்கினார். கிளி அப்பாடலை முழுவதுமாகக் கற்றுக்கொண்ட பின், புலவர் அந்தப் பஞ்சவர்ணக் கிளியைக் கூண்டில் வைத்து கோயில் மண்டபத்தில் கட்டிவிட்டார்.

மாத வழிபாட்டிற்காக மன்னர் கோயிலுக்குச் சென்றார். அங்கு கூண்டில் அடைபட்டிருந்த பஞ்சவர்ணக் கிளியைக் கண்டு அதனருகில் சென்றார். அப்போது கிளி அவரைப் பார்த்து,

முன்னால் அறுபத்துமூவர் இருந்தா ரவரில்
இன்னாள் இரண்டு பேரேகினர் - கன்னான்

நறுக்குகின்றான் விற்றுவிட்ட நாகராச நம்பி
இருக்கின்றான் கிருட்டிண ராயா

என்று பாடியது. கிளியின் பாடலிலிருந்து செய்தியறிந்த மன்னன், சிலைகள் களவாடப்பட்டதைப் பற்றி விசாரித்து, உண்மையைக் கண்டறிந்து சிலைகளை மீட்டான். இச்சுவையான நிகழ்வு 'திருவாரூர் திருக்கோயில்' என்ற நூலில் "தமிழ் நாவலர் சரிதையும் பெருந்தொகை கூறும் சுவையான கதையும்' என்ற தலைப்பில் பதிவாகியுள்ளது.

சிவபுரம் நடராசரின் திருவுருவம் அயல்நாடு பயணித்தமையும், திருவட்டாறு ஆதிகேசவப் பெருமாள் தன் தங்க கவசத்தில் ஒரு பகுதியை இழந்தமையும் நம் கால எடுத்துக்காட்டுகள்.

கோவைக்கிழார் என்றழைக்கப்படும் சி.எம் இராமச்சந்திரன் செட்டியார் ஆங்கில ஆட்சியின்போது சென்னை மாநிலத்தின் அறநிலையத் துறை ஆணையராகப் பணியாற்றியவர். தம் பணி அனுபவத்தில் கண்டும் கேட்டும் அறிந்த கோவில் திருட்டுக்கள் குறித்து 'கோயில் பூனைகள்' என்ற நூலை எழுதியுள்ளார். இந்நூலின் இரண்டாம் பதிப்பை 'பேரூர் புலவர் பேரவை' வெளியிட்டுள்ளது.

காலனிய ஆட்சிக்காலத்தில் நிகழ்ந்த கோயில் திருட்டுக்களில் ஆன்மீகவாதிகளின் பங்களிப்பை இந்நூல் கூறுகிறது.

சான்றாதாரம்

தெ.இ.க. **தென்னிந்தியக் கல்வெட்டுகள்,** *(தொகுதிகள் 22,24).*

A.R.E. **Annual Reports of Indian Epigraphy** 1909.

I.P.S. **Inscriptions of the Pudukottai State.**

கிருஷ்ணன்.அ., *(1991)*, **கல்வெட்டில் வாழ்வியல்.**

குப்புசாமி.எஸ். *(2006)*, **புதுச்சேரி மாநிலக் கல்வெட்டுகள்.**

திருமடைப்பள்ளியும் கருப்புக்கட்டியும்

கடவுள் என்ற கருத்துநிலை உருவாகி, பின்னர் அதற்கென ஓர் உருவம் வடிவமைக்கப்பட்ட பின்னர், சில பொருட்களை அதன் முன்னர் படைத்து வழிபடும் வழக்கம் தோன்றியது. சங்க இலக்கியங் களில் இடம்பெறும் நடுகல் வழிபாட்டிலும் முருக வழிபாட்டிலும் படையல் பொருளாக இறைச்சி இடம்பெற்றிருந்தது. நடுகல் வழிபாட்டில் கள்ளும் படையல் பொருளாக இருந்துள்ளது.

சங்க காலத்தில் அறிமுகமான வடபுலத்தின் வைதீக சமயம் வளர்ச்சி பெறத் தொடங்கியபோது கோவில் என்ற அமைப்பு உருவாகி வளரத் தொடங்கியது. பல்லவர் காலத்தில் இது வளர்ச்சியுற்றுப் பின்னர் சோழர் ஆட்சிக்காலத்தில் ஒரு நிறுவனமாக மாறி நின்றது.

இதன்பின்னர் வைதீக சமயங்களான சைவமும் வைணவமும் இறைவனின் உருவத்திற்குமுன் படைக்கும் பொருட்கள் எவை என்பதை வரையறுத்தன. இவ்வரையறையின் படி இறைச்சியும் கள்ளும் விலக்கப்பட்ட படையல் பொருளாயின. சமைக்கப்பட்ட உணவு படையல் பொருளாக அனுமதிக்கப்பட்டது. ஆனால் வழிபடு வோர் தாமே உணவு சமைத்துக் கொண்டுவர அனுமதி மறுக்கப் பட்டது. கோவிலே இப்பணியை மேற்கொண்டது. மேலும் கோவிலின் ஊழியர்களுக்கும் பிராமணர்களுக்கும் நாள்தோறும் உணவளிக்கும் பொறுப்பும் கோவிலைச் சேர்ந்ததாயிற்று. இவ்வுணவுக்காகும் செலவுக்காக நிலங்கள் கொடையாக வழங்கப்பட்டன. பணமும் கூடக் கொடையாகப் பெறப்பட்டு அதிலிருந்து பெறும் வட்டித் தொகை உணவுச் செலவுக்காக வழங்கப்பட்டது.

இதன் அடிப்படையில் நாள்தோறும் உணவு தயாரித்தல் என்பது நிறுவன சமயக்கோவில்களின் அன்றாடப் பணிகளில் ஒன்றாகியது. இப்பணியை நிறைவேற்ற, கோவிலில் சமையலறை ஒன்றும் உருவானது. சமையல் நிகழும் இடத்தைக் குறிக்கும் 'மடைப்பள்ளி' என்ற பெயர் இதற்கு இடப்பட்டது. கோவில் தொடர்பான மடைப்பள்ளி என்பதால் 'திரு' என்ற அடைமொழி இடப்பட்டு இது திருமடைப்பள்ளி என்றழைக்கப்படலாயிற்று.

திருமடைப்பள்ளி

திருமடைப்பள்ளியானது ஊழியர்கள் பலரின் துணையுடன் இயங்கியது. இங்கு செயல்பட்ட ஊழியர்களின் பதவிப்பெயர்களும் அவர்களின் பணிகளும் சோழர்காலக் கல்வெட்டுகளில் இடம்பெற்றுள்ளன.

மத்திய காலத் தமிழ்நாட்டின் சைவ, வைணவக் கோவில்கள் வெறும் வழிபாட்டுத் தலமாக மட்டும் விளங்கவில்லை. அவை சமூகப் பொருளியல் பயன்பாட்டையும் கொண்டிருந்தன. இதன் அடிப்படையில் அதை ஒரு சமூக நிறுவனம் என்றே இந்திய மற்றும் அயல்நாட்டு வரலாற்றறிஞர்கள் குறிப்பிட்டுள்ளார்கள். கோவில் என்ற சமூக நிறுவனத்தின் முக்கிய அலகாக (unit) திருமடைப்பள்ளி இருந்துள்ளது.

திருமடைப்பள்ளியில் பணிபுரிவோரின் பதவி தொடர்பான கலைச்சொற்களும் கல்வெட்டுகளில் காணப்படுகின்றன. சமையல் வேலை செய்யும் ஆண், **அடுவான், அடுவார், அடுமடையர், மடையர், மடையாள்** என்ற பெயர்களில் குறிப்பிடப்பட்டுள்ளான். சமையல் செய்யும் பெண் **மடைப்பள்ளிப் பெண்டாட்டி** என்று பெயர் பெற்றாள்.

எரிபொருளான விறகு கொண்டுவருவான் **விறகிடுவான்** என்றும், சமையல் தேவைக்கான தண்ணீர் கொண்டு வருவான் **நீர்அட்டுவான்** என்றும் அழைக்கப்பட்டனர். இங்கு உணவருந்தியோர் உணவுண்ணப் பயன்படுத்திய இலையை அப்புறப்படுத்தும் பணியைச் செய்யும் ஆண் **எச்சிலெடுப்பான்** என்றும் பெண் **எச்சிலெடுப்பாள்** என்றும் அழைக்கப்பட்டனர். 'எச்சில் எடுத்து எச்சில் மண்டலம் செய்து கலம் சாம்பல் இடுவாள்' என்ற கல்வெட்டுத் தொடர் உள்ளது (தெ.இ.க.12:284).

உணவருந்திய இலையை எடுத்து அந்த இடத்தைச் சுத்தம் செய்யவும் சமைத்த பாத்திரத்தைச் சாம்பலால் தேய்க்கவும் பெண்கள் பணியாற்றியுள்ளனர் (தெ.இ.க. 19:357). இவர்களுக்கு ஊதியமாக நெல் அல்லது அரிசி வழங்கப்பட்டது. மடைப்பள்ளியை நிர்வகிக்க 'அடுக்களையற் கூறு' என்ற பதவியிருந்துள்ளது. மடைப்பள்ளிக்காகும் செலவை 'அடுக்களைச் சிலவு' என்றும், இக்கணக்கைப் பராமரிப்பவரை 'அடுக்களைக் கணக்கு' என்றும் கல்வெட்டுகள் குறிப்பிடுகின்றன.

திருமடைப்பள்ளிக்காகும் செலவிற்காக விளைநிலங்கள் மன்னர்களாலும் ஊரவராலும் தனிமனிதர்களாலும் வழங்கப்பட்டன. இவ்வாறு விடப்பட்ட நிலங்கள் அடுக்களைக் காணி, அடுக்களைப்புறம் என்றழைக்கப்பட்டன. துணியை விரித்து அதன்மேல் படைக்கும் நிவேதனத்துக்காகக் கொடுக்கப்படும் நிலம், **திருப்பாவாடைப்புறம்** எனப்பட்டது (தெ.இ.க.12:149). திருமடைப்பள்ளியின் வருவாய்க்காகப் புதிதாக ஊர் உருவாக்கியுள்ளனர் (தெ.இ.க.22:260). ஒரு குறிப்பிட்ட திருவிழாவையொட்டி அமுது படைப்பதற்கென்றும் மானியமாக நிலம் வழங்கப்பட்டது. கி.பி.1296ஆம் ஆண்டைச் சேர்ந்த திருவரங்கம் அரங்கநாதர் கோவிலில் உள்ள கல்வெட்டொன்று பங்குனி உத்திரம் ஏகாதசியன்று அப்பம், திருவமுது செய்ய நிலக்கொடை வழங்கப்பட்ட செய்தியைக் குறிப்பிடுகிறது (தெ.இ.க.24:305). இதுபோல் பிராமண போஜனம் என்ற பெயரில் பிராமணர்களுக்கு உணவு வழங்கவும் (தெ.இ.க.3:8,106,124), தேசாந்திரிகளுக்கு (கால்நடையாகப் பயணிக்கும் பயணி) உணவு வழங்கவும் (தெ.இ.க. 13:218) நிலக்கொடைகள் வழங்கியுள்ளனர்.

சமைக்கப்பட்ட பொருட்கள்

சோறு மட்டுமின்றி வேறு சில உணவுப் பொருட்களும் திருமடைப்பள்ளியில் தயாரிக்கப்பட்டன. அப்பம், அக்கார அடிசில் (சர்க்கரைப் பொங்கல்) என்பன சோழர் காலக் கல்வெட்டுகளில் இடம்பெறுகின்றன. விஜயநகரப் பேரரசுக் காலத்தில் கள்ளக்குறிச்சி வட்டத்தைச் சேர்ந்த உத்திர திருவரங்கம் ரங்கநாதர் ஆலயத்தில் சதாசிவதேவன் காலத்தைச் சேர்ந்த (1557) கல்வெட்டில் அதிரசம், வடை, தோசை, இட்லி என்ற உணவுப் பொருட்கள் குறிப்பிடப்பட்டுள்ளன.

இனிப்புணவு

திருமடைப்பள்ளியில் தயாரிக்கப்படும் உணவு வகைகளில் இனிப்புச் சுவையுடைய உணவுகள் இருந்துள்ளன. அப்பமுது (அப்பம்), அவல் அமுது (இனிப்பு கலந்த அவல்), அக்கார அடிசில், அதிரசம் என்ற இனிப்புப் பொருட்களைக் குறித்த பதிவு பிற்காலச்

சோழர்காலக் கல்வெட்டுகளிலும் நாயக்கர் ஆட்சிக்காலக் கல்வெட்டு களிலும் இடம்பெற்றுள்ளது.

இவ்வினிப்புப் பொருட்களைத் தயாரிக்க இருவகையான இனிப்புகளே இக்காலத்தில் இருந்துள்ளன. முதலாவது கரும்பின் சாறைப் பிழிந்தெடுத்து அதைக் காய்ச்சி உருவாக்கும் வெல்லம். இரண்டாவது பனைமரத்தில் இருந்து சுரக்கும் பதநீரைக் காய்ச்சி உருவாக்கும் கருப்புக்கட்டி (பனைவெல்லம்). ஆங்கிலக் காலனிய ஆட்சியின் வருகைக்குப் பின்னரே கரும்புச் சர்க்கரை (சீனி) அறிமுகமானது.

'அவலமுது', 'கருப்புக்கட்டி அமுது', 'அப்பம்' என்ற பெயரிலான மூன்று வகையான இனிப்புகளைத் தமிழ்க் கல்வெட்டுகள் குறிப்பிடுகின்றன. வீரராசேந்திரனின் பன்னிரண்டாம் ஆட்சியாண்டுக் கல்வெட்டு (கி.பி.1219) கோவை மாவட்டம் உடுமலை வட்டம் கடத்தூர் ஊரில் உள்ள திருமருதுடையார் கோயிலில் உள்ளது. கைக்கோளர் ஒருவர் இக்கோயில் இறைவனுக்கு அவலமுது படைக்க வழங்கிய பொருட்களை இக்கல்வெட்டு குறிப்பிடுகிறது. அரிசியால் செய்யப்பட்ட அவலமுதில் தேங்காய், கருப்புக்கட்டி, மிளகு, சீரகம் ஆகியன சேர்க்கப்பட்டிருப்பதைக் குறிப்பிடும் இக்கல்வெட்டு, அவலமுது செய்ய முப்பது பலம் கருப்புக்கட்டி வழங்கப்பட்ட செய்தியையும் தெரிவிக்கிறது (இராசு.செ, 2009:75).

மதுரை மாவட்டம் வாடிப்பட்டி ஊராட்சி ஒன்றியத்துக்கு உட்பட்ட பஞ்சாயத்து தென்கரை. இவ்வூரிலுள்ள மூலநாத சுவாமி கோவிலில் உள்ள இதுவரை படியெடுக்கப்படாத கல்வெட்டொன்றை ஆய்வாளர் வேதாச்சலம் படியெடுத்துள்ளார். இக்கல்வெட்டில் நாள்தோறும் திருப்புதியம் (இனிப்புப் பொங்கல்) படைக்க மாறவர்மன் சுந்தரபாண்டியன் காலத்தில் நிலக்கொடை வழங்கிய செய்தி இடம்பெற்றுள்ளது. திருப்புதியத்தை 'கருப்புக்கட்டி அமுது' என்ற சொல்லால் இக்கல்வெட்டு குறிப்பிடுகிறது. கொடையாக வழங்கப்பட்ட நிலத்தில் இருந்து கிடைக்கும் வருவாயிலிருந்து அய்ந்து எடை அளவுள்ள கருப்புக்கட்டி வாங்கியதாகவும் இக்கல்வெட்டு குறிப்பிடுகிறது.

திருவண்ணாமலை மாவட்டம் திருக்கோவிலூர் வட்டத்திலுள்ள நெய்யானல் ஊர்க் கல்வெட்டொன்று அப்பத்துக்கு, கருப்புக்கட்டி பயன்படுத்தியதைக் குறிப்பிடுகிறது(தெ.இ.க.12:244).

நாகை மாவட்டம் திருக்கடையூர் அமிர்தகடேஸ்வரர் கோவிலில் பெருமாள் சுந்தரபாண்டியன் காலத்துக் கல்வெட்டொன்று உள்ளது.

இவ்வூருக்கு அருகிலுள்ள குலசேகரன்பட்டிணத்து (தரங்கம்பாடி) வணிகர்கள் மார்கழி வழிபாட்டில் அமுதுபடைக்க 125 கழஞ்சு பொன் கொடையாக வழங்கியதை இக்கல்வெட்டு குறிப்பிடுகிறது. அமுது செய்வதற்கான வெஞ்சனப் பொருட்களில் ஒன்றாகக் கருப்புக்கட்டி இக்கல்வெட்டில் இடம்பெற்றுள்ளது (தெ.இ.க.22, பகுதி,1:51).

முதலாம் மாறவர்மன் குலசேகரபாண்டியன் (கி.பி.1268-1318) காலத்தியக் கல்வெட்டொன்று (கி.பி.1291) சிவகங்கை மாவட்டம் திருப்பத்தூரில் திருத்தளியாண்டார் கோவிலில் உள்ளது. பாண்டிகப் பெருமாள் என்பவனும் அவன் தம்பிகளும் இணைந்து செய்த குற்றச் செயல்களை இக்கல்வெட்டு பட்டியலிடுகிறது. இக்கல்வெட்டில், 'உடையாருக்கு அமுதுபடியாக வந்த **கருப்புக்கட்டி மிடாவை** எடுத்துக்கொண்டு போயும்' என்ற தொடர் இடம்பெற்றுள்ளது. இத்தொடரில் இடம்பெறும் 'உடையார்' என்பது அக்கோவிலில் உள்ள இறைவனையும், அமுதுபடி என்பது அவ்விறைவனுக்குப் படைக்கும் படையல் சோறையும் (நிவேதன உணவு) குறிக்கும் (வெள்ளையம் பட்டு சுந்தரம் 2009: 261). மிடா என்பது வாயகன்ற பெரிய பாத்திர மாகும். இம்மிடாவில் கருப்புக்கட்டி வந்ததென்பது அமுது படியில் (படையல் சோறு) கருப்புக்கட்டி இடம்பெற்றதன் வெளிப்பாடுதான்.

அமுதுபடியில் சர்க்கரை அல்லது கருப்புக்கட்டி சேர்க்கப்பட்ட பொங்கல் படைக்கப்பட்டுள்ளது. இதன் அடிப்படையிலேயே கல்வெட்டுகளில் சர்க்கரை வெல்லம் என்ற சொற்களும் இடம் பெற்றுள்ளன. இனிப்புச் சுவைக்காக சர்க்கரை கருப்புக்கட்டி என்ற இரண்டுமே திருமடைப்பள்ளியில் பயன்படுத்தப்பட்டுள்ளன. இவை இரண்டின் பயன்பாட்டில் உயர்வு தாழ்வு இருக்கவில்லை.

இக்கல்வெட்டுச் செய்திகளின் அடிப்படையில் பார்க்கும்போது விலக்கப்பட்ட பொருள் என்ற நிலையில் கருப்புக்கட்டி சைவ, வைணவக் கோவில்களில் இருக்கவில்லையென்பது உறுதியாகிறது.

ஆனால் இன்று திருமடைப்பள்ளியில் ஓர் உணவுப்பொருளாகக் கருப்புக்கட்டி நுழைய அனுமதியில்லை. பஞ்சாமிர்தம் என்ற பெயரிலான பழக்கலவையில் பேரீச்சம்பழமும் ஆப்பிளும் கலக்கின்றன. சர்க்கரைப் பொங்கலில் முந்திரிப்பருப்பும் உலர் திராட்சையும், புளியோதரையில் நிலக்கடலையும் இடம்பெறுகின்றன. பாரசீகத்தில் இருந்து அறிமுகமான ரோஜா மலரில் இருந்து எடுக்கப்படும் பன்னீர் திருநீராட்டுப் பொருளாகப் பயன்படுகிறது. இவையெல்லாம் இம்மண் சாராப் பொருட்கள். ஆனால் ஏற்கனவே திருமடைப்பள்ளியில் இடம்பெற்றிருந்த இம்மண்ணின் பாரம்பரிய

இனிப்பான கருப்புக்கட்டி விலக்கப்பட்ட பொருளாக முத்திரையிடப் பட்டுவிட்டது. இதற்கான காரணம் ஆய்வுக்குரிய ஒன்று. இவ்ஆய்வை கருப்புக்கட்டிக்கான மூலப்பொருளான பதநீரைத் தரும் பனைமரத் திலிருந்து தொடங்கவேண்டும்.

பனை

பனைமரம் நம் நாட்டின் பூர்வீகத் தாவரம் அல்ல என்று தாவரவியலாளர் சிலர் கருதுகின்றனர். ஆனால் சங்க இலக்கியங்களிலும் தொல்காப்பியத்திலும் பனையும் பனைபடுபொருட்களும் இடம் பெற்றுள்ளன. இவற்றிற்கு முந்தைய தொல்தமிழ்க் கல்வெட்டில் (பிராமி) பாணித வணிகன் என்ற பெயர் இடம்பெற்றுள்ளது. பாணிதம் என்பது கருப்புக்கட்டிப் பாகாக இருக்க வாய்ப்புள்ளது. பனையின் கள் சிறப்பான பானமாகச் சங்ககாலத்தில் விளங்கியுள்ளது.

வடபுல வைதீக சமயத்தின் தாக்கம் தமிழ்நாட்டில் ஏற்பட்ட பின், பிரம்மதேயம் என்ற பெயரிலான பிராமணக் குடியிருப்புகளை பல்லவர்கள் தோற்றுவித்தனர். இதனை பாண்டிய, சோழ மன்னர்களும் நாயக்க மன்னர்களும் தொடர்ந்தனர். இப்பிரம்மதேயக் குடியிருப்புகளில் மேற்கொள்ளக் கூடாத செயல்கள் சிலவற்றை, பிரம்மதேயக் கொடையைக் குறிக்கும் கல்வெட்டுகள் மற்றும் செப்புப்பட்டயங்கள் குறிப்பிடுகின்றன. அவற்றில் ஒன்று பிரம்மதேயக் குடியிருப்புகளில் உள்ள தென்னை, பனை மரங்களில் கள் இறக்கக் கூடாது என்பதாகும்.

> 'இவ்வூர் எல்லையிற் தெங்கும் பனையும்
> ஈழவர் ஏறப்பெறாதவராகவும்'
>
> 'இட்ட தெங்கும் பனையும் ஈழவர்
> ஏறப்பெறாதவராகவும்'

என்பன போன்ற தொடர்கள் பிரம்மதேயம் குறித்த கல்வெட்டுகளில் இடம்பெற்றுள்ளன.

பனைமரம் ஏறக்கூடாது என்ற தடையின் தொடர்ச்சியாக அல்லது வளர்ச்சி நிலையாக கருப்புக்கட்டிக்கான தடை திருமடைப்பள்ளியில் உருவானது என்று கருதுதல் தகும். இதில் வேடிக்கை என்னவென்றால் பாடல்பெற்ற சைவத் தலங்கள் சிலவும், மங்களாசாசனம் பெற்ற வைணவத்தலமான திருக்குறுங்குடியும் தம் தலமரமாகப் பனையைக் கொண்டுள்ளன. இத்தலங்கள் சிலவற்றில் பனம்பழம் விழும் காலத்தில் படையல் பொருளாகப் பனம்பழம் அமைகிறது. எனவே சைவக்கோவில்களில் எல்லாக் காலங்களிலும் தடைசெய்யப்பட்ட

ஒன்றாகப் பனைதரும் கருப்புக்கட்டி இருந்திருக்கும் என்று கருத வாய்ப்பில்லை.

சிவனடியார்களுக்கு வழங்கிவந்த கருப்புக்கட்டியை நிறுத்தும் படி வேனாட்டு மன்னன் கி.பி.1494இல் இட்ட கட்டளையைக் கூறும் கல்வெட்டொன்று கன்னியாகுமரி மாவட்ட அரசு அருங்காட்சியகத்தில் உள்ளது. வேணாட்டு மன்னனின் வைதீக சமய ஆதரவுப் போக்கே இக்கட்டளைக்குக் காரணமாய் இருக்க வாய்ப்புள்ளது.

திருமடைப்பள்ளியில் தயாரிக்கப்படும் உணவு, நைவேத்தியம் (படையல்பொருள்) என்ற பெயரில் கருவறையில் படைக்கப்படுகிறது. சாதாரண உணவைவிட நைவேத்திய உணவு புனிதமானது என்ற கருத்து உருவாக்கப்பட்டுள்ளது.

சைவ, வைணவக் கோவில்களில் இன்று படையல் பொருளாக கடலைப்பருப்புச் சுண்டல் விளங்குகிறது. தென் அய்ரோப்பிய நாடுகளில் இருந்து குதிரைகளின் உணவாக தமிழ்நாட்டில் இது அறிமுகமானதென்று தாவரவியல் அறிஞர் பேராசிரியர் த.வி. கிருஷ்ணமூர்த்தி (2007: 124-125) குறிப்பிடுகிறார். இதுதொடர்பாக அவர் மேலும் கூறும் செய்தி வருமாறு:

> பண்டிகைகளிலும் சடங்குகளிலும் இதன் பயன்பாடு விக்னேசுவரா (ஏறத்தாழ கி.பி.1100) என்ற ஸ்மிருதி ஆசிரியரால் தடை செய்யப் பட்டது. இது ஒரு வெளிநாட்டுப் பொருள் என்பதாலேயே இதற்கு சாத்திர அனுமதி கிடைக்கவில்லை என்பது குறிப்பிடத்தக்கது (மேலது:124).

இச்செய்தியின் அடிப்படையில் பார்க்கும்போது படையல் பொருளாக ஒன்றை அனுமதிப்பது தொடர்பாகச் சாத்திரங்கள் அவ்வப்போது விதி வகுத்துள்ளன என்பது புலனாகிறது. இத்தகைய விதிமுறை யொன்றே திருமடைப்பள்ளியில் கருப்புக்கட்டியைப் பயன்படுத்து வதைத் தடுத்திருக்க வேண்டும்.

புனிதமான நைவேத்தியப் பொருளில் கருப்புக்கட்டி கலந்துவிடக் கூடாது என்ற எண்ணமே திருமடைப்பள்ளியில் அதன் பயன்பாட்டைத் தடுத்து நிறுத்தியுள்ளது. இதற்கான காரணம் கருப்புக்கட்டியின் மூலப்பொருளான பதநீரை போதைதரும் கள்ளுடன் தொடர்புபடுத்திப் பார்த்ததுதான்.

இந்த இடத்தில் பனை தொடர்பான ஒரு செய்தியையும், திருஞான சம்பந்தர் வரலாற்றில் இடம்பெறும் புராணச் செய்தியொன்றையும் இணைத்துப் பார்க்கவேண்டும்.

பனையில் ஆண்பனை, பெண்பனை என்ற இரு வகையுண்டு. இரண்டிலுமே கள் சுரக்கும். பெண்பனையில் மட்டுமே நுங்கு

(நொங்கு) கிட்டும். பெண்பனையில் கிட்டும் கள்ளைவிட ஆண்பனைக் கள்ளே சுவையுடையது. மேலும் பெண்பனையில் கள் எடுத்தால் அதில் நுங்கு கிட்டாது. இதனால் பெண் பனையை நுங்கிற்காகவும், ஆண்பனையை கள்ளுக்காகவும் விட்டு விடுவதுண்டு. அதிக அளவில் கள் அல்லது பதநீர் தேவைப்படும்போது பெண்பனையிலும் கள் இறக்குவது பரவலான நிகழ்வு. இப்படிச் செய்தால் நுங்கு வெட்ட முடியாது.

இன்று செய்யாறு என்ற பெயரில் உள்ள ஊர் திருவண்ணாமலை மாவட்டத்தில் உள்ளது. திருவோத்தூர் என்ற பெயரும் இதற்குண்டு. இங்குள்ள சிவன் கோவிலின் தலமரம் பனை மரம்தான். இங்கு வாழ்ந்த சைவ அடியார்களின் வேண்டுகோளுக்கிணங்கி திருஞான சம்பந்தர் பதிகம்பாடி ஆண்பனையைப் பெண்பனையாக்கினாராம். பெரிய புராணத்திலும் இக்கோவிலின் தலபுராணத்திலும் இச்செய்தி குறிப்பிடப்பட்டுள்ளது. இச்செயலை மேற்கொள்ள திருஞான சம்பந்தர் பாடிய பதிகம் அவரது தேவாரத்திரட்டில் இடம் பெற்றுள்ளது.

கள்சுரக்கும் ஆண்பனையை நுங்கு காய்க்கும் பெண்பனையாக மாற்றியதான இப்புராணச்செய்தி, கள்ளின் மீதான சைவத்தின் அணுகுமுறையை அறியச்செய்கிறது.

சுண்ணாம்பின் துணையால் கள் பதநீராக மாறிவிடுகிறது. அதைக் காய்ச்சியே கருப்புக்கட்டி தயாரிக்கப்படுகிறது. கருப்புக்கட்டியின் மூலப்பொருளாகக் கள்ளைக் கருதியதன் வெளிப்பாடே கருப்புக் கட்டியைக் கோவிலில் இருந்து விலக்கி வைத்துள்ளது.

அத்துடன் தீட்டுடன் தொடர்புடைய ஒன்றாகக் கருப்புக்கட்டியைக் கருதி இருக்கவும் வாய்ப்புள்ளது. கருப்புக்கட்டி உருவாக்க பதநீரைக் காய்ச்சும்போது ஒரு கட்டத்தில் அது பொங்கத்தொடங்கும். அதை அப்படியே விட்டுவிட்டால் பொங்கி வடிந்து வீணாவதுடன் அடுப்பையும் அணைத்துவிடும்.

இதைத் தவிர்க்கும் வழிமுறையாக அது பொங்கும்போது சிறிது தேங்காய் எண்ணெயை ஊற்றுவர் அல்லது ஒன்றிரண்டு ஆமணக்கு முத்துக்களைப் போடுவர். தேங்காய் எண்ணெயும், ஆமணக்கு முத்து இளகி வெளிப்படும் விளக்கெண்ணெயும் கொதிநிலையிலுள்ள பதநீரின் பொங்குதலைக் கட்டுப்படுத்திவிடும்.

உண்மை இவ்வாறிருக்க பதநீர் காய்ச்சும் பெண்கள் வாயில் புகையிலையுடன் வெற்றிலை போட்டு ஒதுக்கி வைத்திருந்து பொங்கி வரும் பதநீரில் அச்சாற்றைத் துப்பி அதைக் கட்டுப்படுத்திவிடுவர் என்ற தவறான கருத்து கருப்புக்கட்டித் தொழிலை அறியாதவரிடம்

உண்டு. வேதநாயக சாஸ்திரியாரின் வேத சாஸ்திரக் கும்மியில்கூட இக்கருத்து இடம்பெற்றுள்ளது.

எச்சில் என்பது தீட்டுக்குரிய ஒன்றாகக் கருதப்படுவதால் கருப்புக் கட்டி மீதான தடையை உருவாக்குவதில் இந்நம்பிக்கை துணைபுரிந்தி ருக்கும் அல்லது இந்நம்பிக்கை திட்டமிட்டே உருவாக்கப்பட்ட ஒன்றாகவும் இருக்கலாம்.

இந்நம்பிக்கை இன்றும் தொடர்வதன் விளைவாக தென் மாவட்டத்தில் பிராமணர்கள் கருப்புக்கட்டியைப் பயன்படுத்துவ தில்லை. அதைப் பயன்படுத்தும் வேளாளர்கள் விரத நாட்களிலும், சமயம் சார்ந்த சடங்குகளிலும் அதைப் பயன்படுத்துவதில்லை.

சைவ, வைணவக் கோவில்களிலும் மேட்டிமை சாதியினரிடமும் கருப்புக்கட்டிமீது நிலைபெற்றுள்ள விலக்கானது, வெறும் சமயம் சார்ந்த ஒன்றல்ல. இம்மண்ணின் பாரம்பரிய நுகர்பொருள் ஒன்றின் மீதான பண்பாட்டுத் தாக்குதலாகும். கல்வெட்டுச் சான்றுகளின் அடிப் படையில் பார்க்கும்போது, திரு மடைப்பள்ளியில் இடம்பெற்றிருந்த கருப்புக்கட்டி பின்னர் திட்டமிட்டே புறக்கணிப்புக்காளானது என்பது புலனாகிறது. ஒரு நிறுவன நிலையை, திருமடைப்பள்ளி பெற்றிருந்ததால் இதை எளிதாகச் செய்ய முடிந்தது.

ஆனால் அடித்தள மக்களின் சமய வாழ்விலும் சடங்குகளிலும் கருப்புக்கட்டியின் பங்களிப்பு தொடர்கிறது. நாகர்கோவில் கன்னியா குமரி நெடுஞ்சாலையில் பொத்தையடி சாலைக்குளத்தில் மருதமரம் ஒன்றின் அடியில் ஓட்டக்காரசாமி என்ற நாட்டார் தெய்வம் உள்ளது. இத்தெய்வத்திற்குக் கருப்புக்கட்டியும் எள்ளுப் புண்ணாக்கும் படைத்து வழிபடுகின்றனர். கருப்புக்கட்டி, கருப்பட்டிச் சேவு, கருப்பட்டி மிட்டாய்ப் படையலை ஏற்கும் நாட்டார் தெய்வங்களும், தர்க்காவில் அடங்கியுள்ள இஸ்லாமிய அவுலியாக்களும் உண்டு. திருமணம் உறுதிசெய்யும் சடங்கில் தாம்பாளத்தில் கருப்புக்கட்டியை வைத்து மணமகன், மணமகள் வீட்டார் அவற்றை மாற்றிக்கொள்வதும் சில சமூகத்தினரிடம் இன்றும் உள்ளது.

சான்றாதாரம்

இராசு. செ., (2009), **செங்குந்தர் வரலாற்று ஆவணங்கள்**.

கிருஷ்ணமூர்த்தி. கு.வி., (2007), **தமிழரும் தாவரமும்**.

சுந்தரம், வெள்ளையாம்பட்டு, (2009), **குடந்தை என். சேதுராமன் ஆய்வுக்கட்டுரைகள்**.

சுப்பராயலு. எ., (2002), **தமிழ்க் கல்வெட்டுச் சொல்லகராதி. தென்னிந்தியக் கல்வெட்டுத் தொகுதிகள்**; 3, 12, 13, 22.

பதவி சாதியானமை

தமிழ்நாட்டில் பிராமணியம் முழுமையாகச் செல்வாக்குப் பெறும் முன்னர் தோன்றிய தொல்காப்பியம் வடமொழி நூல்கள் குறிப்பிடும் பிராமணர், சத்திரியர், வைசியர், சூத்திரர் என்ற வருணப் பாகுபாடு களை அப்படியே ஏற்றுக் கொள்ளாது சில மாறுபாடுகளுடன் தமிழ் மக்களைப் பாகுபடுத்தியுள்ளது. அதன்படி அரசர், அந்தணர், வணிகர் வேளாளர் என நான்கு பிரிவுகள் தொல்காப்பியத்தில் இடம் பெறுகின்றன: இவற்றுள் வேளாளர் குறித்து

வேளாண் மாந்தர்க்கு உழுதூண் அல்லது
இல் என மொழிப

என்கிறார் தொல்காப்பியர். உழுது உண்ணும் வாழ்க்கையே வேளாண் மாந்தருக்குரியது. வேறு தொழில்கள் அவர்களுக்குக் கிடையாது என்பதே தொல்காப்பியரின் கருத்தாகிறது. இந்நூற்பாவின் அடிப்படையில் நோக்கினால் வேளாண்மையை மேற்கொண்டு வாழ்வோர் மட்டுமே வேளாளர் என்ற வகைப்பாட்டிற்குள் அடங்குவர் என்பது புலனாகிறது.

காலப்போக்கில் வேளாளர் என்ற தொழிற் பிரிவு, வேளாளர் என்ற சாதியாக மாற்றமடைந்து விட்டது. வேளாளர் என்ற சாதி பல்வேறு சாதிகளை உள்ளடக்கிய பொதுச்சொல்லாகவே இன்று வழக்கிலுள்ளது. இதில் அடங்கிய சாதியினர் சிலர் தம்மைத் தனியாக அடையாளப்படுத்திக் கொள்ளும் முகமாக கொங்கு வெள்ளாளர், சோழிய வெள்ளாளர், சைவ வெள்ளாளர், பாண்டி வெள்ளாளர், நாஞ்சில் வெள்ளாளர், துளுவ வெள்ளாளர், கார்காத்த வெள்ளாளர், இசை வெள்ளாளர் என்று அடைமொழியிட்டுக் கொண்டுள்ளனர். இவர்களது சாதிப்பட்டங்கள், கவுண்டர், முதலியார், பிள்ளை, பிள்ளையன் என உள்ளன. அட்டவணை சாதியில் இடம்பெற்றுள்ள 'பள்ளர்' (மள்ளர்) என்ற சாதியினரை குறிக்கும் சொற்களில் ஒன்று தேவேந்திர குல வேளாளர் என்பதாகும். இவர்கள் நெல் வேளாண்மையில் ஈடுபட்டவர்கள்.

இன்றுபோல் ஒரு குறிப்பிட்ட சாதியைக் குறிக்கும் சொல்லாக வேளாளர் என்ற சொல் தொடக்கத்தில் வழக்கிலில்லை. வேளாண்மைத் தொழிலுக்குள் புதிதாக நுழைந்தோர் தம் பழைய குழு அல்லது சாதிய அடையாளத்தைத் துறந்துள்ளனர்.

"கள்ளர் மறவர் கனத்ததோர் அகமடியர்
மெள்ள மெள்ள வந்து வெள்ளாளரானார்"

என்ற பழமொழியை இதற்குச் சான்றாகக் குறிப்பிடலாம். தமிழ்ச் சமூகத்தின் பழமையான தொழில்கள் வரிசையில் போர் புரிதல், கால் நடை வளர்ப்பு, கால்நடை கவர்தல் என்பன இடம் பெறுகின்றன. இத்தொழில்களிலிருந்து தம்மை விடுவித்துக் கொண்டு உணவு உற்பத்தி செய்யும் வேளாண் தொழிலுக்குள் புதிதாக ஒரு பிரிவினர் வந்துள்ளதையே இப்பழமொழி சுட்டுகிறது. இவ்வாறு வந்தோர் வெள்ளாளர் என்ற பொது அடையாளத்தைப் பெற்றுள்ளனர். இதுபோன்றே கொங்குப் பகுதியில் வேட்டுவக் கவுண்டர், வெள்ளாளக் கவுண்டர் என இரு பிரிவுகள் உள்ளன.

இவ்வாறு வெள்ளாளர் என்ற பொது அடையாளத்திற்குள் அடங்கும் சாதிகளுள் 'முதலியார்', 'பிள்ளை' என்ற சாதிப்பட்டங் களைக் கொண்டுள்ள இரு சாதிகளும் அடங்குகின்றன. இவ்விரு சாதிகளின் தோற்றம் குறித்து சில கருதுகோள்களை முன்வைப்பதே இக்கட்டுரையின் நோக்கமாகும்.

முதலியார்

தென்னிந்தியச் சாதிகள் குறித்த செய்திகளைத் தொகுத்து எட்கர் தர்ஸ்டன் என்பவர் நூலாக வெளியிட்டுள்ளார். இந்நூலில் முதலியார் சாதி குறித்து அவர் எழுதியுள்ள செய்திகளின் சுருக்கம் வருமாறு:

1. வட மாவட்டத்தைச் சேர்ந்த வேளாளர், 'முதலி' என்ற பட்டப் பெயரைக் கொண்டுள்ளனர்.
2. தேவதாசிகள், கைக்கோளர், வேளாளர் ஆகியோருக்குப் பிறந்தோர் 'முதலி' என்ற பட்டத்தைத் தரித்துக் கொள்கின்றனர்.
3. நெசவாளர்களில் ஒரு பிரிவினரும், சமணர், கபடர், ஒச்சன், பள்ளி வன்னியன் பணிசவன் ஆகியோரும் 'முதலி' என்பதை, தம் சாதிப்பட்டமாகக் கொள்கின்றனர்.

தர்ஸ்டன் குறிப்பிடும் இச்செய்திகள் பல்வேறு சாதிப்பிரிவினருக்கும் உரிய சாதிப்பட்டமாக 'முதலியார்' என்ற சொல் உள்ளதை உணர்த்து கிறது. முதலியார் என்ற சொல்லின் மூலச் சொல் 'முதலி' என்பதாகும். முதலி என்ற சொல் தலைவன் என்ற பொருளைத் தருவதாக, சென்னைப் பல்கலைக் கழக லெக்சிகன் குறிப்பிடுகிறது.

முதலி என்ற சொல்லே ஆர் விகுதி பெற்று முதலியார் என்றாகி யுள்ளது.

முதலி என்ற சொல் தலைவன் என்ற பொருளிலேயே தமிழ்க் கல்வெட்டுகளில் இடம்பெற்றுள்ளது. படைக்குத் தலைவனாக இருந்தவன் 'படை முதலி', 'சேனை முதலி' என்று குறிப்பிடப்பட்டுள்ளான்.

சாதிகளின் தலைவர்களாக விளங்கியோரும் முதலி என்ற பட்டத்தைப் பெற்றிருந்ததையும் தமிழ்க்கல்வெட்டுகளின் வாயிலாக அறிய முடிகிறது. 'பறை முதலி', 'அகம்படிய முதலி' என்று கல்வெட்டுகள் குறிப்பிடுகின்றன.

புதுக்கோட்டை மாவட்டம் திருமயம் வட்டத்திலுள்ள திருக்குளம்பூர் ஊரிலுள்ள கல்வெட்டில் 'முதலிமை செய்கிற குலாதிபராயரும்' என்ற தொடர் இடம்பெற்றுள்ளது. இங்கு 'முதலிமை' என்பது தலைமைப் பதவியைக் குறிப்பிடுகிறது.

கி.பி.பதினான்காம் நூற்றாண்டுக் கல்வெட்டில் (1347) பிரம்மராயன் என்பவன் 'பிள்ளை', 'முதலி' என்ற பட்டத்துடன் குறிப்பிடப் பட்டுள்ளான்.

கன்னியாகுமரி மாவட்டம் கோட்டாறு பள்ளிவாசல் ஒன்றுக்கு இஸ்லாமியர் ஒருவர் தூண்களைக் கொடையாக வழங்கியுள்ளார். இக் கொடையைக் குறிக்கும் 1767 ஆம் ஆண்டுக் கல்வெட்டில் கொடை யாளியின் பெயர் சேகுநூர் முதலியார் எனக் குறிப்பிடப்பட்டுள்ளது.

சோழர் காலத்தில் அரசு வழங்கிய பட்டங்களில் முதலி என்பதும் ஒன்று என நொபுரு ரோஷிமா குறிப்பிட்டுள்ளார். இலங்கையின் யாழ்ப்பாணப் பகுதியில் உடையான் என்பது ஊர்த்தலைவர்களின் பதவிப்பெயராக இருந்துள்ளது. முதலி பட்டம் வேண்டுமென்று கேட்ட, கந்த உடையான் என்பவனுக்கு கி.பி.1781 ஆண்டு நியமனப் பத்திரம் வாயிலாக முதலி பட்டம் வழங்கப்பட்டுள்ளது. அப்பத்திரத்தில் 'சகலரும் இவனைத் தங்கள் முதலியாரென்கிறதறிந்து அடுத்த சங்கை* பண்ணிப் பேர் சொல்லி அழைக்கவும்' என்று குறிப்பிடப்பட்டுள்ளது. இவ்வாறு 'முதலி' பட்டம் பெற்றவர்களால் தன் குழந்தை மதிக்கப் படுவது சிறப்பு என்று கருதிய ஒரு தாயின் உணர்வை

முத்துப் பதித்த முகம்
முதலிமார் மதிக்கும் முகம்

என்ற ஈழத்து நாட்டார் பாடல் வரிகள் வெளிப்படுத்துகின்றன.

★ சங்கை - மரியாதை

பிள்ளை

தமிழ்நாட்டில் வெள்ளாளர் சாதிக்குரிய பட்டங்களில் 'பிள்ளை' என்பதும் ஒன்று. ஆனால் ஆங்கில ஆட்சியின் போது எடுக்கப்பட்ட மக்கள் தொகைக் கணக்கெடுப்பில், பல்வேறு சாதியினரும் இப்பட்டத்தைப் பயன்படுத்தியுள்ளது வெளிப்பட்டுள்ளது. இது தொடர்பாக எட்கர் தர்ஸ்டன் எழுதியுள்ள செய்தி வருமாறு:

அண்மைக்காலக் கணக்கெடுப்புகளில் அகமுடையார், அம்பலக்காரர், கொல்லர், இடையர், நாயர், பறையன், நோக்கன், பணிசவன், பணக்கன், சாயக்காரன், செம்படவன், சேனைக்குடியர் ஆகிய சாதியினருக்குரிய பட்டப்பெயராக இது பதியப்பட்டுள்ளது. தேவதாசிகளின் ஆண் சந்ததியினரும் பிள்ளை என்ற பட்டத்தைத் தரித்துக் கொள்கின்றனர். ஐரோப்பியரிடம் பட்லர்களாகப் பணிபுரியும் பல பறையர்கள், பிள்ளை என்ற பட்டப் பெயரைத் தங்கள் பெயரோடு இணைந்துக் கொள்கின்றனர்.

இச்செய்தி உண்மை என்பதற்குச் சான்றுகள் உள்ளன. டியூப்ளே யிடம் தலைமைத் துபாஷியாக இருந்த ஆனந்தரங்கப் பிள்ளை, யாதவர் குலத்தைச் சார்ந்தவர். சென்ற நூற்றாண்டில் புகழ் பெற்றிருந்த நாயனக் கலைஞர் ராஜரத்தினம்பிள்ளை இசைவேளாளர் சமூகத்தைச் சேர்ந்தவர். ஆதி மருத்துவர் சாதியைச் சேர்ந்த பண்டித ஆனந்தம் என்ற சித்தவைத்திய அறிஞர், பிள்ளை பட்டம் தரித்தவர். தமிழ்நாட்டின் சட்டமன்றத் தலைவராக விளங்கிய சிவசண்முகம் பிள்ளை ஆதிதிராவிடர் சமூகத்தைச் சேர்ந்தவர். இன்றும் தஞ்சை மாவட்டக் கள்ளர் சாதியினரிடமும் கடலூர், விழுப்புரம் மாவட்டத்தில் வன்னியர் சாதியினரிடமும் 'முதலி', 'பிள்ளை' என்ற பட்டங்கள் வழக்கிலுள்ளன. தேவேந்திர குல வேளாளர்களுக்குரிய பட்டங்களுள் ஒன்றாகவும் பிள்ளை பட்டம் இருந்து வருகிறது.

இதன் அடிப்படையிலேயே 'காயில கெட்டது கத்தரிக்கா(ய்) சாதியில கெட்டது பிள்ளை' என்ற பழமொழி வடமாவட்டங்களில் வழக்கிலுள்ளது. கூட்டு பொரியல், கொஸ்து எனத் தனியாக மட்டுமின்றி அவியல், குழம்பு என்பனவற்றில் இடும் பொருளாகவும் கத்தரிக்காய் பயன்படுகிறது. இதுபோல் 'பிள்ளை' என்ற பட்டம் பல்வேறு சாதியினருக்கும் உரியதாக விளங்குகிறது என்பது இப்பழமொழி வெளிப்படுத்தும் பொருளாகும்.

மன்னர்கள் வழங்கிய பட்டம்

மன்னர் ஆட்சிக் காலத்தில் கணக்கெழுதி வந்த கணக்கர்கள், 'பிள்ளை' என்ற பட்டத்தைப் பெற்றுள்ளனர். 'ஊர்க்கணக்கு நல்லாப் பிள்ளை மச்சினன் அழகப்ப பிள்ளை எழுத்து' என்ற கல்வெட்டுத் தொடரை இதற்குச் சான்றாகக் கூறலாம். இதன் அடிப்படையிலேயே

'கணக்கப் பிள்ளை' என்ற சொல்லாட்சி கல்வெட்டுகளில் இடம் பெற்றுள்ளது. இப்பட்டத்தை இஸ்லாமியர்களும் பெற்றுள்ளனர். அச்சுத தேவராயன் காலத்தியக் கல்வெட்டொன்று ராவுத்தனாயன் என்ற இஸ்லாமியர் எழுதியதை 'கணக்கப் பிள்ளை ராவுத்தன் எழுத்து' என்று குறிப்பிடுகிறது. கி.பி.14ஆம் நூற்றாண்டுக் கல்வெட்டொன்றில் தகியுடின் என்ற இஸ்லாமியர் 'பிள்ளை' பட்டம் பெற்றவராகக் குறிப்பிடப்பட்டுள்ளார். இன்றும்கூட மீரான்பிள்ளை ராவுத்தர், கஸாலிப்பிள்ளை முகமது மைதின் என்ற பெயர்களைக் கொண்ட இஸ்லாமியர் நம்மிடையே வாழ்கின்றனர். ஆர் விகுதியிட்டு 'பிள்ளையார்' என்ற பதவிப் பெயர் இருந்ததை சோழர்காலக் கல்வெட்டுகள் குறிப்பிடுகின்றன. பிள்ளையார் என்ற பட்டம் இளவரசர்களைக் குறித்தது.

இவ்வாறு பதவிப்பெயராகவும், மன்னர்களால் வழங்கப்பட்ட பட்டமாகவும் 'முதலி', 'பிள்ளை' என்பன விளங்கியுள்ளன. இவ்விரு சொற்களும் சாதியடையாளமாக எப்படி மாறின என்பது குறித்து இனி ஆராய்வோம்.

பதவி சாதியாதல்

பதவிகள் சாதியாக உருவானது தொடர்பாக வரலாற்றுச் சான்றுகள் எவையும் உள்ளனவா என்பதைக் கண்டறிவது இக்கட்டுரையின் கருதுகோளுக்கு வலுச்சேர்ப்பதாக அமையும்.

இந்திய வரலாற்றில் குப்தர்கள் காலம் நிலவுடைமைச் சமூகத்தின் வளர்ச்சி நிலையாக அமைந்தது. இக்காலத்தில் பிராமணர்களுக்கும் வழிபாட்டுத்தலங்களுக்கும் வரிவிலக்குடன் கூடிய நிலங்கள் கொடையாக வழங்கப்பட்டன. மற்றொரு பக்கம் புதிய விளை நிலங்கள் சாகுபடிக்குக் கொண்டுவரப்பட்டு அவற்றிற்கு வரிநிர்ணயம் செய்யப்பட்டது. ஏற்கனவே சாகுபடி செய்யப்பட்டு வந்த நிலங்களின் உரிமையாளர்களிடம் வரிவாங்க வேண்டியிருந்தது. இக்காரணங்களால் நிலஉரிமை - நிலவரி தொடர்பாக பல்வேறு ஆவணங்களைப் பராமரிக்க வேண்டியிருந்தது. இதன் பொருட்டு அதிக அளவில் கணக்கர்கள் தேவைப்பட்டனர். எனவே எழுதப் படிக்கத் தெரிந்த பல்வேறு சாதியினரிடமிருந்து தேர்ந்தெடுக்கப்பட்டவர்கள் கணக்கர் களாகப் பணி நியமனம் செய்யப்பட்டனர்.

இச்செய்திகளைக் குறிப்பிட்டுவிட்டு 'காயஸ்தர்' என்ற சாதியினர் இக்கணக்கர்களிடமிருந்து உருவானதை வரலாற்றறிஞர் ஆர்.எஸ்.சர்மா விளக்குகிறார். அவரது கருத்துப்படி இக்கணக்கர்கள் பல்வேறு சாதியிலிருந்து வந்தபோதிலும் தம் அதிகாரம் மற்றும் பதவியினால் தம் சுயசாதியிலிருந்து தம்மைத் துண்டித்துக்கொண்டு தம் போன்ற கணக்கர்களிடையே மணஉறவு வைத்துக் கொள்ளத் தொடங்கினர். இதுவே காயஸ்தர் என்ற சாதியாக உருப்பெற்றது.

இந்திய சாதிகள் நிலைத்திருப்பதற்கான ஒரு முக்கிய காரணம் 'அகமணமுறை' என்று அம்பேத்கர் குறிப்பிடுவதை ஆர்.எஸ்.சர்மா கூறும் இச்செய்தியுடன் பொருத்திப் பார்க்க வேண்டும். அகமண முறையால் கணக்கர் என்ற பதவி வகித்தோர் காயஸ்தர் என்ற சாதியாக உருப்பெற்றது போன்றே தமிழ்நாட்டிலும் அகமண முறையின் அடிப்படையில் சில சாதிகள் உருவாகியுள்ளன என்று கருதயிடமுள்ளது. இக்கூற்றை ஒரு கருதுகோளாகக் கொண்டு மேலும் பல தரவுகளைத்திரட்டி ஆய்வு செய்தால் இக்கருதுகோள் உண்மை யானது என்ற முடிவுக்கு வர வாய்ப்புள்ளது. இக்கருத்திற்கு வலுவூட்டு வதாகவே 'பிள்ளை முதலியார்' சாதிகளின் தோற்றம் அமைந்துள்ளது.

தமிழ்நாட்டின் மிகவும் பிற்படுத்தப்பட்டோர் பட்டியலில் இடம்பெற்றுள்ள சாத்தானி அல்லது தாதர் சாதி கி.பி.1100 இல் தான் உருபெற்றிருக்க வேண்டும் என்ற எட்கர்தர்ஸ்டன் கூறியுள்ளார். ஆனால் இதற்கான காரணம் எதையும் அவர் விளக்கவில்லை. அவர் கூற்றை ஆராய, தாதர் என்போர் யார்? என்ற உண்மையைப் புரிந்து கொள்வதவசியம்.

பல்வேறு சாதியினரை இராமானுஜர் வைணவர்களாக மதம் மாற்றினார். ஆனால் பூணூல் அணியும் உரிமையை இடைநிலைச் சாதியினருக்கும், தீண்டாமைக்கு ஆட்பட்ட சாதியினருக்கும் வழங்கவில்லை. 'பூணூல் சாத்தாதவர்கள்' என்ற பொருளில் 'சாத்தாத ஸ்ரீ வைணவர்கள்' என்ற பெயர் வழங்கப்பட்டது. இதுவே சாத்தானியர் என்னும் பிரிவாக மாறியது. இப்பிரிவினர் சிலர் தமக்குள் அகமண முறையை ஏற்படுத்திக் கொண்டு காலப்போக்கில் ஒரே சாதியினர் என்று கருதலாம்.

இந்தியச் சாதிகளின் பெருக்கத்திற்கு அகமணமுறை ஒரு முக்கிய காரணம் என்பதன் அடிப்படையில் முதலியார், பிள்ளை என்ற பதவிகளை வகித்தோர் அப்பதவிகளைப் பட்டமாகக் கொண்டு, பின்னர் தமக்குள் அகமண முறையை மேற்கொண்டு தனி சாதியாக மாறியுள்ளனர் என்று கருதுவது பொருத்தமானது.

அதே நேரத்தில் தாம் மேற்கொண்ட தொழில்களையும் பின்பற்றிய சமயங்களையும் வாழும் பகுதியையும் தம் சாதிப்பெயரின் முன்னொட்டாக இட்டுக்கொண்டு ஒரே சாதிக்குள் தனிச்சாதி யாகவும், அடையாளப்படுத்திக் கொண்டுள்ளனர். சான்றாக தொண்டை மண்டல முதலியார், அகம்படிய முதலியார், கைக்கோள முதலியார், கொடிக்கால் பிள்ளை, சைவப் பிள்ளை, நாமதாரிப் பிள்ளை என்ற அடைமொழிகளைக் குறிப்பிடலாம்.

கல்வெட்டுகளில் காப்புரை

தமிழ்நாட்டின் வரலாற்றை எழுதுவதற்கான முக்கிய சான்றா தாரங்களாகக் கல்வெட்டுகளும் செப்பேடுகளும் அமைகின்றன. கி.மு.இரண்டாம் நூற்றாண்டுக்கு முன்பே தமிழ்க் கல்வெட்டுகள் உருவாகிவிட்டன. கி.பி. ஆறாம் நூற்றாண்டில் செப்பேடுகள் என்ற பெயரில் செம்புத்தகட்டில் எழுதிவைக்கும் பழக்கம் அறிமுகமாகி விட்டது. பல்லவர் ஆட்சியிலும், பாண்டியர் ஆட்சியிலும் கி.பி.550 தொடங்கி 850 வரையிலான காலத்தில் கல்வெட்டுகளும், செப்பேடுகளும் எண்ணிக்கையளவில் உயர்ந்ததாகக் குறிப்பிடும் வரலாற்றறிஞர் சுப்பராயலு(2001:56).

> "சோழர் ஆட்சிக்காலத்தில் அதாவது 10-13-ஆம் நூற்றாண்டுகளில் கல்வெட்டுகளின் எண்ணிக்கை வேறு எங்கும் எப்போதும் கண்டிராத அளவுக்கு உயர்ந்தது"

என்கிறார். அவரது கணக்குப்படி கி.பி.550 தொடங்கி கி.பி. 1900 முடிய 25,000 கல்வெட்டுகளும் ஐந்நூற்றியிருபது செப்பேடுகளும் உள்ளன. இவை தவிர 'இன்னும் கண்டுபிடிக்க வேண்டிய கல்வெட்டுகளும், செப்பேடுகளும் பல ஆயிரங்கள் இருக்கலாம்' என்றும் குறிப்பிட்டுள்ளர் (மேலது:57).

இவை அரசியல் வரலாற்றிற்கான சான்றுகளாக மட்டுமின்றி, சமூக வரலாற்றிற்கான சான்றுகளாகவும் அமைகின்றன. குறிப்பாக, சமூக வரலாற்றின் ஓரங்கமான பண்பாட்டு வரலாற்றை எழுதவும் இவை துணையாகின்றன. இவ்வகையில், பெரும்பாலான கல்வெட்டுகளின் இறுதியில் இடம்பெறும் ஓம்படைக்கிளவி என்றழைக்கப்படும் காப்புரைகளும் பண்பாட்டாய்வுக்குத் துணை நிற்கின்றன.

காப்புரை

தமிழ்க்கல்வெட்டுகளும், செப்பேடுகளும் பெரும்பாலும் கொடைகளை மையமாகக் கொண்டு உருவானவை. கொடை வழங்கியோர், தம் காலத்திற்குப் பிறகும் அக்கொடை தொடர வேண்டும் என்று விரும்பியுள்ளனர். தாம் வழங்கிய கொடையைப் பிற்காலத்தில் யாரும் சிதைத்து விடக்கூடாது என்ற அச்சமும்;

அவர்களிடம் இருந்துள்ளது. இவற்றின் அடிப்படையில் தாம் வழங்கிய அறத்தைப் பாதுகாக்கும் எண்ணத்தில், கொடையைக் குறிக்கும் கல்வெட்டு மற்றும் செப்பேட்டின் இறுதியில் சில சொற்றொடர்களை எழுதி வைத்துள்ளனர். ஒப்பந்தங்களிலும் கூட இவை இடம் பெறுவதுண்டு.

இத்தொடர்களை 'ரட்சை' என்று வடமொழியிலும், 'காப்புரை' என்று தமிழிலும் குறிப்பர். 'ஓம்படைக்கிளவி' என்ற சொல்லாட்சியும் உண்டு. கல்வெட்டின் இறுதியில் இடம் பெறும் 'ஓம்படைக்கிளவி' என்பது குறித்து,

> "இறுதிக் கூறான ஓம்படைக்கிளவி, செய்யப்பட்ட கொடைகளின் பாதுகாப்புக்காக ஏற்பட்டதாகும். அதாவது அக்கொடைகளுக்கு எந்த இடையூறும் வராமல் கொடைக்குத் தொடர்பான யாவரும் பார்த்துக் கொள்ள வேண்டும் என்று நயத்தாலும், அச்சுறுத்தலாலும் சொல்வது இதன் உள்நோக்கம். முதலில் ஓம்படைக்கிளவி, 'பன்மகேசுவர ரட்சை' 'ஸ்ரீவைஷ்ணவ ரட்சை', 'இது அழித்தார் கங்கையிடைக் குமரியிடைச் செய்தார் பாவம் கொள்வார்' என்று சிறுவாக்கியங்களாக இருந்தன. நாளடைவில் இவ்வாக்கியங்கள் நீண்டதோடு சொல்லின் கடுமையும் அதிகமாகியது. அவ்வக்கால சமுதாய ஏற்றத்தாழ்வுகளையும், சாதி நம்பிக்கைகளையும் எதிரொலிப்பவையாகவும் மாறின"

என்கிறார் சுப்பராயலு (2001:610). காப்புரைத் தொடர்களில் சில, ஒருவர் செய்த அறத்தைப் பாதுகாப்பதினால், கிடைக்கும் புண்ணியங் களைக் குறிப்பிடும். சில பிறர் வழங்கிய கொடையைச் சிதைப்பதினால் அடையும் பாவங்களைக் குறிப்பிடும்.

காப்புரைகளின் வளர்ச்சி

தமிழ்நாட்டின் நிலஉடைமைச் சமூக அமைப்பின் வளர்ச்சி நிலையாகவே காப்புரை வரிகளைக் கொள்ள வேண்டும். தமிழ்நாட்டின் பழமையான கல்வெட்டுகளாகத் தொல்தமிழ்க் (தமிழ்-பிராமிக்) கல்வெட்டுகள் அமைகின்றன. மொத்தம் முப்பது இடங்களில் தொண்ணூறு கல்வெட்டுகள் இதுவரை கிடைத்துள்ளன.

இவை கி.மு. இரண்டாம் நூற்றாண்டு தொடங்கி கி.பி. இரண்டாம் நூற்றாண்டு வரையிலான காலத்தவை. ஒன்று அல்லது நான்கு வரிகளில் இவை அமைந்துள்ளன. குன்றுகளில் வாழும் முனிவர்களுக்குக் கற்படுகைகள் அமைத்துக் கொடுத்த செயலைக் குறிப்பிடும் இக்கல்வெட்டுகளில் காப்புரை இடம்பெறவில்லை. காரணம் இவை மதிப்புமிக்க சொத்துக்களாக விளங்கவில்லை.

எனவே அவற்றைப் பாதுகாக்க காப்புரைத் தொடர்களின் தேவை உருவாகவில்லை. (அன்று கிரானைட் ஏற்றுமதி நிகழவில்லை).

பல்லவர் ஆட்சியில் நில உடைமைச் சமூகம் வளர்ச்சி பெறத் தொடங்கியது. அத்துடன் பிராமணிய சமயத்தின் செல்வாக்கும் இணைந்து கொண்டது. பிராமணர்கள் ஏராளமான விளை நிலங்களைக் கொடையாகப் பெறலாயினர். எனவே இதைப் பாதுகாக்கும் முயற்சியாக,

> **'பூதானத்திலும் மிகுந்த தானம் இருந்ததில்லை. இருக்கப் போவதுமில்லை. அதை அபகரிப்பதிலும் (மிகுந்த) பாவம் இருந்ததுமில்லை. இருக்கப் போவதுமில்லை' (முதலாம் பரமேச்வர வர்மனின் செப்பேடு, கி.பி.687).**

> **'பிராமணன் சொத்து கொடிய விஷம்: வேறு எந்த சொத்தும் விஷமாகாது. விஷம் ஒருவனைக் கொல்லும் பிரம்ம சொத்தோ புத்திர பௌத்திரர்களையும் கொல்லும்'**

என்ற காப்புரைத் தொடர்கள் உருவாயின. அத்துடன் மறுமை இன்பம், நரகம் என்பனவற்றை மையமாகக் கொண்டு **'இது மாறுவான் ஏழாம் நரகத்தில் கீழாநரகம் புகுவான்'** (தெ.இ.க.22, பகுதி: 1:85) என்ற காப்புரை வரிகளும் உருவாயின.

பல்லவர் காலத்திற்குப் பின் உருவான சோழப் பேரரசுக் காலத்தில் நிலவுடைமையின் வளர்ச்சி உச்சத்தை எட்டியது. 'கோவில் பொருளாதாரம்' என்று குறிப்பிடுமளவுக்கு 'தேவதானம்', 'பிரம்மதேயம்' என்ற பெயரிலான கொடைகளும் 'ஜீவிதம்' என்ற பெயரில் பணியாளர்களுக்கு நிலவுரிமைகளும் வழங்கப்பட்டன. தனி மனிதர்களும் கோவில்களுக்குக் கொடைகள் வழங்கலாயினர். எனவே பல்லவர் காலக் காப்புரைகளின் போதாமை உருவானது. இதனால் புனிதம், புனிதமற்றது என்ற கருத்துக்களை மையமாகக் கொண்டு காப்புரைகள் உருவாயின.

காப்புரைகளின் வகை

மேற்கூறிய செய்திகளின் அடிப்படையில் கல்வெட்டுகளில் இடம்பெறும் காப்புரை அல்லது ஓம்படைக்கிளவிகளை அவற்றின் உள்ளடக்கச் செய்திகளின் அடிப்படையில் பின்வருமாறு வகைப் படுத்தலாம்:

1. ஆசை காட்டுவன
2. அச்சுறுத்துவன

3. ஆசையும் அச்சுறுத்தலும் இணைந்தவை
4. பழிச்சொற்கள், இழிச்சொற்கள் கொண்டவை

ஆசை காட்டும் காப்புரைகள்

ஆசைகாட்டல் என்பது, பல்வேறு தானங்கள் வழங்குதல், கடவுள் வழிபாடு, புண்ணிய நீராடல், புண்ணியத் தலங்களுக்குச் செல்லல், என்பனவற்றை மேற்கொள்ளுவதால் கிட்டும் பயன்களை அடையலாம் என்று கூறுவது.

சிவனுக்கினியவராகவும் சம்பத்துக்களோடும் கூடி வாழ்ந்திருக்கவும்

கெங்கைக்கரையில் காராம் பசு தானம் செய்த பலத்தையடைவாராகவும்,

நன்மையாய் நடப்பிச்ச பேர்கள் சாரூப சாமீப சாயுட்சிய பதம்மாகவும் (சாரூபம் - கடவுள் உருப் பெற்றிருத்தல், சாமீபம் - கடவுளின் அருகில் இருத்தல், சாயுச்சியம் - கடவுளோடு ஒன்றுபட்டிருத்தல்.)

இந்த தன்மத்தை மேலும் ஒருவன் நடத்தி வந்தவனுக்கு கெங்கை ஆடின பலம் பெறுபவராகவும்,

இந்தத் தன்மத்தைப் பரிபாலனம் பண்ணின பேர்கள் புத்திர சம்பத்துடனே வாழ்ந்திருப்பவராகவும்,

தர்மத்தை பரிபாலனம் பண்ணினவர்கள் ஆயுள் ஆரோக்கியமும் அதிக பலமும் அச்சுத வேள்வியாகஞ் செய்த பலமும் பெற்று புத்திரமித்திரர்களுடன் நீடூழி காலம் வாழ்ந்து சாயுச்சிய பதம் அடைவராகவும்,

இத்தர்மத்தைப் பரிபாலனம் பண்ணினவர்கள் இளமையிலே வாழ்ந்து அச்சுவமேதயாகம் அளித்த பலமும் சாயுச்சிய பலமும் பெற்று இருப்பவராகவும்,

இத்தர்மத்துக்கு யாரொருவரும் மனம் வாக்கு, காயங்களினால் சகாயம் பண்ணினார்களோ அவர்கள் காசி, சிதம்பரம், திருவாரூர், அருணாசலம், காளஹஸ்தி ராமேஸ்வரம் முதலிய சிவஸ்தலங்களில் அநேக கோடிலிங்கம் பிரதிஸ்டை பண்ணின பலனை அடைந்து சுகமாக நீடூழி வாழ்ந்திருப்பார்களாக.

இந்தப் புண்ணியத்தைப் பரிபாலனம் பண்ணி நடத்தி வருபவர்கள் கெங்கைக் கரையிலே அசுவமேயாகம் பண்ணின

பிராமண போஜனமும் சட்டிச் சோறும்

பலத்தையும் சிவப் பிரதிட்டை பண்ணின பலத்தையும் சிவ சாயுச்சயமும் பெறக் கடவாராகவும் (தெ.இ.க.23:122),

இவை எல்லாம் மறுமை சார்ந்த ஆசைகாட்டலாகும்.

கொடையைப் பாதுகாப்பவரின் பாதங்களை, கொடை வழங்கியவர் தம் தலை மேல் ஏற்றுக்கொள்வதாகக் குறிப்பிடுதலும் ஆசை காட்டலில் அடங்கும்.

இத்தர்மத்தை நடத்தினவன் சீபாதம் இரண்டும் என்

தலைமேலன (தெ.இ.க.4:138)

இதை ரட்சித்தான் பாதம் என்

தலைமேலன (தெ.இ.க.26:381)

இது காத்துவருவான் அடி என் தலைமேலன (தெ.இ.க.12:16)

இதுஇறக்காதான் திருவடி இரண்டும் என்

தலைமேலன (தெ.இ.க.12:)

இத்தன்மம் ரட்சித்தாரை யென் தலைமேலன (தெ.இ.க.12:86)

இது ரட்சிப்பான் அடி என் முடிமேலன (தெ.இ.க.12:46)

இத்தர்மம் ரட்சித்தார் கால் என் முடி

மேலன (தெ.இ.க.12:104)

இது காத்தான் பாதத்துளி என் தலைமேலன (தெ.இ.க.19:39)

இவ்வாறு சிறு தொடர்களாக மட்டுமின்றி செய்யுள் வடிவிலும் கல்வெட்டுகளில் பொறித்துள்ளார்கள். திருநெல்வேலி மாவட்டம் தென்காசி நகரில் உள்ள காசி விசுவநாதர் கோவில் கல்வெட்டொன்றில் (இராசு. செ. 2016:115)

ஆராயினும் இந்தத் தென்காசி மேவுபொன் ஆலையத்து

வாராத தோர்குற்றம் வந்தாலப் போதங்கு

நேராக வேயொழித் துப்புர பார்களை நீதியுடன்

பாரார் அறியப் பணிந்தேன் பராக்கிரம பாண்டியனே.

காப்புரை போல் கல்வெட்டின் இறுதியில் இச்செய்யுள் அமையாவிடினும் மேற்கூறிய காப்புரைத் தொடர்களை ஒத்துள்ளது.

மனித உறுப்புக்களில் இழிவானதாகக் கருதப்படும் பாதத்தை சமூகத்தில் உயர்நிலையில் உள்ளவன் தன் தலை மேல் வைத்துக் கொள்வான் என்று கூறுவது உலகியல் சார்ந்த ஆசைகாட்டலாகும்.

அச்சுறுத்தும் காப்புரைகள்

அச்சுறுத்துவன என்பது புண்ணியச் செயல்களுக்கு எதிரான செயல்களை, அறமல்லாத மறச்செயல்களைச் செய்வோர் அடையும் துன்பங்களையும், நரக வாழ்க்கை போன்ற தண்டனைகளைப் பெறுவர் என்றும் கூறுதலாகும். இது குறித்து காப்புரைகளின் முக்கிய உள்ளடக்கச் சொற்களான 'பசு', பார்ப்பார், பெற்றோர் குரு, நரகம் என்ற தலைப்புகளில் காணலாம்.

விஷமென்று சொல்லப்படுவது விஷமல்ல. பிராமணன் சொத்துத் தான் விஷம். விஷம் ஒருவனை மட்டும் கொல்லும். பிராமணன் சொத்து (அபகரிப்பவனுடைய) புத்திர பௌத்திரர்களை அழிக்கும்.

தான் அளித்ததும் பிறர் அளித்ததுமான தான பூமியை எவன் அபகரிக்கிறானோ அவன் அறுபதினாயிரம் ஆண்டுகள் மலப் புழுவாய் பிறப்பான்.

தான் அளித்ததோ பிறன் அளித்ததோ எதுவாயினும் அந்தப் பூமியை எவன் அபகரிக்கிறானோ அவன் நூறாயிரம் பசுக்களைக் கொன்ற பாவத்தையடைவான்.

இதற்கு யாதாமொரு தப்பிதம் பண்ணினவன் கெங்கைக் கரையிலே ஒரு காராம் பசுவையும் கொன்று திருவம்பலத்திலும் சிவாலயத் திலும் தீயிட்ட பாவத்திலே போக கடவனாகவும்,

இதுக்கு இரண்டு நினைத்தவன் மனைகழுதை புரண்டு போகக் கடவது ஆகவும்,

சில காப்புரைகளில் ஆசைகாட்டல் தொடர்பான கருத்துக்களும், அச்சுறுத்தல் தொடர்பான கருத்துக்களும் இணைந்து காணப்படுவதும் உண்டு.

ஆசையும் அச்சுறுத்தலும் இணைந்த காப்புரைகள்

பிராமணர்களுக்குத் தானஞ் செய்வதைக் காட்டிலும் புண்ணியத் திற்கே காரணமானது வேறெதுவும் இப்பூமியில் இல்லை. அதை அபகரிப்பதைக் காட்டிலும் பாவத்திற்குக் காரணமானது வேறெதுவும் இப்பூவுலகிலில்லை.

பூமிதானத்தைக் காட்டிலும் மற்றொரு உயர்ந்த தானம் இல்லை. பூமியை அபகரிப்பதைக் காட்டிலும் மற்றொரு பாவமும் இல்லை.

தானமளிப்பவன் கடந்து போனதும் வரப்போவதுமான பத்து தலைமுறைகளைப் போற்றுகிறான். அதை அபகரிப்பவன் பத்து தலைமுறைகளை அழியச் செய்தவனாகிறான்.

**

இம்மூன்று வகையான காப்புரைத் தொடர்களில் இருந்து வேறுபட்டு நிற்பது பழிச்சொற்கள், இழிச்சொற்கள் அடங்கிய காப்புரைத் தொடர்களாகும். என்றாலும் இவை ஓரளவுக்கு அச்சுறுத்தும் தன்மை கொண்ட காப்புரைகளுடன் இணைத்து நோக்கத்தக்கவை.

இந்நான்கு வகையான காப்புரைகளில் இடம்பெறும் செய்திகள், அவற்றில் காணப்படும் முக்கிய கருத்துக்கள் என்பனவற்றின் அடிப்படையில் பின்வரும் உள்ளடக்கச் சொற்களை நாம் உருவாக்கிக் கொள்ளலாம்.

1) பசு, 2) பிராமணர் 3) பெற்றோர் 4) வேள்வி 5) குரு 6) புண்ணியத் தலங்கள் 7) நரகம் 8) தீண்டாமை 9) தகாப்புணர்ச்சி 10) பழிச்செயல்கள்.

இப்பத்து உள்ளடக்கச் சொற்களுடன் வேள்வி செய்பவன், கோவில் உருவாக்கிய பலன், நற்பேறடைதல் தொடர்பான காப்புரை களும் உண்டு. தீண்டாமை, தகாப்புணர்ச்சி, பழிச்செயல்கள் என்பன பழிச்சொற்கள், இழிசொற்கள் கொண்ட காப்புரையில் அடங்கும்.

இவற்றையெல்லாம் தனித்தனியாக ஆராய்ந்தால் காப்புரைகள் வெளிப்படுத்தும் சமூகத் தகவுகளையும் சமூக உறவுகளையும் கண்டறியலாம்.

பசு

காட்டு விலங்குகள், வீட்டு விலங்குகள் என விலங்கினங்களை இரண்டாகப் பகுப்பர். தமிழர்களின் வீட்டு விலங்குகளில் பழமையான விலங்காகப் பசு இடம்பெறுகிறது. ஆமா என்ற காட்டுப்பசுவைப் பிடித்து வீட்டுப் பிராணியாகப் பண்டைத் தமிழர்கள் ஆக்கியுள்ளனர்.

பால் தரும் விலங்காக மட்டுமின்றி ஊண் தரும் விலங்குக்காகவும், பண்டைத் தமிழர்கள் பசுவைப் பயன்படுத்தியுள்ளனர்.

பல்லவர் காலத்தில் தோன்றிய மணிமேகலைக் காப்பியம், வேள்வியில் பசு பலி கொடுக்கப்பட்டதைக் குறிப்பிடுகிறது. இதனால் ஒரு புனித விலங்காகப் பசு கருதப்படவில்லை என்று கூறமுடியும்.

பிற்காலச் சோழர் காலத்தில் பசு புனிதநிலையைப் பெற்று விட்டது. அதைக் கொல்வது பாவமானது என்ற கருத்து உருவாகி விட்டது. இவ்வுண்மையைக் கல்வெட்டுகாப்புரைகள் வாயிலாக அறியமுடிகிறது. அத்துடன் உயரிய அல்லது புனிதத்தன்மை கொண்ட தாகப் பசுக்கள் சிலவற்றை வகைப்படுத்தியுள்ளமையும் தெரிகிறது. ‘குரால் பசு’, ‘காராம்பசு’, ‘கபிலைப்பசு’ எனக் காப்புரைகளில் பசுக்கள் சுட்டப்பட்டுள்ளன. சில காப்புரைகளில் ‘கோ’ என்று பொதுவாகச்

சுட்டப்பட்டுள்ளது. சங்க இலக்கியங்களில் ஆ என்று பசுக்கள் சுட்டப்பட்டுள்ளன. பசுக்களைக் கவர்ந்து வருதலை நோக்கமாகக் கொண்ட போர் 'ஆ கொள் பூசல்' என்றே குறிப்பிடப்பட்டது.

பசுவைக் குறிக்கும் 'ஆ' என்ற சொல் மறைந்து பசு என்ற சொல்லும், பசுவைக் குறிக்கும் 'கோ' என்ற வடமொழிச் சொல்லும் பரவலாக வழக்கிற்கு வந்துள்ளதை, காப்புரைத் தொடர்கள் வாயிலாக அறியமுடிகிறது. எடுத்துக்காட்டாக, பசு தொடர்பான காப்புரைத் தொடர்கள் சிலவற்றைக் காண்போம்.

கெங்கைக் கரையில் குரால்பசு கொன்றான்
பாபம் கொள்வான் (கி.பி. 1251) (தெ.இ.க. 23:58)

கெங்கைக் கரையில் காராம் பசுவைக் கொன்ற
பாவத்திற் போகக் கடவதாகவும் (கி.பி.1452) (தெ.இ.க. 23:67)

கெங்கைக் கரையில் ஆயிரம் கபிலைப் பசுவைக்
கொன்றவன் பாவம் கொள்ளக் கடவன் (தெ.இ.க. : 355)
குரார் பசுக்கொன்றான் பாவத்திற்படுவான் (தெ.இ.க. 26:263)
கங்கை இடை குமரி இடை குரால் பசு
கொன்றவன் பாவம் கொண்டு (தெ.இ.க. 18:755)

பிராமணர்

அந்தணர், பார்ப்பனர், இருபிறப்பாளர் என்ற பெயர்களில் அழைக்கப்பட்ட பிராமணர் குறித்த பதிவுகள் தொல்காப்பியத்திலும், சங்க இலக்கியத்திலும் இடம் பெற்றுள்ளன.

பிராமணர்களால் அறிமுகப்படுத்தப்பட்ட வேள்விகள் தமிழ் மன்னர்களால் நடத்தப்பட்டன. மன்னர்கள் நடத்திய வேள்விகளில் நடப்பட்ட வேள்வித்தூண் குறித்து புறநானூறு (5: 24) அறிமுகம் செய்கிறது. ஏராளமான வேள்விகள் நடத்தியதன் அடிப்படையில் 'முதுகுடுமிப் பெருவழுதி' என்ற சங்ககாலப் பாண்டிய மன்னரின் பெயருக்கு முன் 'பல்யாகசாலை' என்ற அடைமொழி இடம் பெற்றுள்ளது.

இவற்றையெல்லாம் தொடக்க நிலை என்றே கூறவேண்டும். இதன் வளர்ச்சி நிலையாக பல்லவர் ஆட்சியும், பிற்காலச் சோழர் ஆட்சியும் அமைந்தன. பல்லவர் காலச் செப்பேடுகளில் தமிழ் மட்டுமின்றி வடமொழியும் இடம்பெற்றது. வடமொழிப் புராணக் கதை மாந்தருடன் பல்லவ மன்னர்களை இணைக்கும் போக்கும்

உருவானது. பிரம்மதேயம் என்ற பெயரில் விளைநிலங்களும், ஊர்களும் பிராமணர்களுக்குக் கொடையாக வழங்குவதும் நிகழ்ந்தது.

பிற்காலச் சோழர் காலத்தில் இப்போக்குகள் தொடர்ந்ததுடன் மனுநீதி வழிநின்று தாம் ஆட்சி புரிவதாக சோழ மன்னர்கள் தம்மை வெளிப்படுத்திக் கொண்டனர். அவர்களது மெய்க்கீர்த்திகளில் இடம் பெறும் 'மனுநெறி தழைக்க', 'மனு ஆறு சிறக்க' என்ற தொடர்கள் குறிப்பிடத்தக்கன. அவர்கள் ஏற்றுக் கொண்ட மனுதர்ம சாஸ்திரத்தில் *(10:62)* 'தீண்டத்தகாத பிறப்பினர்' மறுமைப்பேறு அடையும் வழி குறித்து இவ்வாறு குறிப்பிடப்பட்டுள்ளது:

> அந்தணன், ஆ, பெண், பாலர் இவர்களைக் காக்கும் பொருட்டுக் கூலி பெறாமல் உயிரைத் தியாகம் செய்வதே தீண்டத்தகாத பிறப்பினர் சுவர்க்கம் புகும் நல்லாறு.

இதன் தாக்கம் சோழர் காலத்தில் எழுதப்பட்ட கம்ப இராமாயணத்தில் பின்வருமாறு காணப்படுகிறது.

> ஆவுக் காயினும் அந்தணர்க் காயினும்
> யாவர்க் காயினும் எளியவர்க் காயினும்
> சாவப் பெற்றவரே தகை வானுறை
> தேவர்க்கும் தொழும் தேவர்கள் ஆகுவார்.

இதே கருத்தை சோழர் ஆட்சியில் எழுதப்பட்ட சீவக சிந்தாமணியும் கதைத்தலைவன் சீவகன் கூற்றாகக் குறிப்பிடுகிறது.

இக்கருத்து கல்வெட்டுக் காப்புரைகளிலும் பரவலாக இடம் பெறுகிறது. மனிதர்களில் பிராமணர்கள் உயர்வானவர்கள், புனிதமானவர்கள் என்று வலியுறுத்தப்பட்டதால் பிராமணர்களைக் கொல்வது மிகப்பெரிய தோஷமாக (பாவமாகக்) கருதப்பட்டது. இப்பாவமானது 'பிரம்மஹத்தி' என்றழைக்கப்பட்டது. இச்சொல்லுக்கு 'பிராமணப் பேய்' என்று பொருள். பிரம்மஹத்தி பிடித்தவன் அதில் இருந்து எளிதில் விடுபட முடியாது என்றும் தெய்வ அருளினாலேயே விடுபட இயலும் என்றும் கூறும் தலபுராணக் கதைகள் உருவாகி உள்ளன.

பிராமணன் ஒருவனுக்குக் கொலைத் தண்டனை விதித்தமையால் மூன்றாம் குலோத்துங்கச் சோழன் பிரம்மஹத்திப் பிடித்து அல்லல்பட்டு இறுதியில் திருவிடைமருதூர் சென்று வழிபட்டு அதிலிருந்து விடுபட்டதாக திருவிடைமருதூர் தலபுராணம் குறிப்பிடும். இதனையொத்த வேறு புராணச் செய்திகளும் உள்ளன *(சிவசுப்பிரமணியன், ஆ. 2008:39-57)*. வீரசோழன் என்ற மன்னனைப்

பிடித்த பிரம்மஹத்தி தோஷம் திருநின்றியூரில் நீங்கியதாக புராணச் செய்தியுண்டு *(பாலசாரநாதன், 2000:306-307)*.

புதுக்கோட்டை மாவட்டம் ஆலங்குடி வட்டத்தில் திருவரன் குளம் என்ற தலம் உள்ளது. நிலவுரிமை வழக்கு ஒன்றில் குடியானவனுக்கு ஆதரவாகவும், பிராமணனுக்கு எதிராகவும் குலோத்துங்கச் சோழன் தீர்ப்பு வழங்கியமையால் பெற்ற சாபம், இத்தலத்தில் நீங்கியதாம் *(சாரநாதன், 2000: 312-313)*.

இப்புராணச் செய்திகள் அக்கால சமூக நடப்பியலை அடிப்படையாகக் கொண்டே தோன்றியிருக்க வேண்டும் என்பதில் அய்யமில்லை. இப்பிரம்மஹத்தியை மையமாகக் கொண்டே அச்சுறுத்தும் தன்மை கொண்ட காப்புரைத் தொடர்கள் உருவாகியுள்ளன.

> பிரம்மஹத்திய வதை பண்ணின் தோஷத்திலும் (தெ.இ.க.23)
>
> பிரம்மஹத்தி பண்ணுவான் ஏழெச்சம் அறுவான் (தெ.இ.க.22)
>
> இப்பணம் அஞ்சு ஒழிய ஏறக்கொண்டார்
> உண்டாகில் பிரம்மத்தியார் தோறும் (தெ.இ.க.26:375)
>
> இந்த தர்மத்துக்கு இயாதொருத்தர்
> அகிதம் பண்ணினால் கெங்கைக் கரையில் பிராமணரைக்
> கொன்ற பாவத்திலே போகக் கடவராகவும் (தெ.இ.க.23:64)
>
> தனுக்கோடிக் கரையிலே பிராமணவதை
> பண்ணின தோஷத்திலும் (ஸ்ரீதர் 2005: ப.70)

நான்காவது காப்புரையில் புனிதமாகக் கருதப்படும் கங்கைக் கரையில் செய்யக் கூடாத பாவச் செயலாகப் பிராமணக் கொலை குறிப்பிடப்பட்டுள்ளது. மற்றொரு காப்புரை புனிதமாகக் கருதும் பசுவைக் கொல்வதையும் பிராமணக் கொலையையும் இணைத்து

> இந்த தர்மத்துக்கு அகிதம் பண்ணின பேர்கள்
> கெங்கைக் கரையிலே ஆயிரங் காராம் பசுவையும்
> ஆயிரம் பிராமணரையும்.... வதை பண்ணின
> தோஷத்தை அடைவார்கள். (ஸ்ரீதர் 2005:8)

என்று கூறுகிறது. இதே கருத்து,

இந்தத் தர்மத்தை விலக்கின பேர்கள் கங்கைக் கரையிலே காராம் பசுவையும் பிராமணனையும் கொன்ற தோஷத்திலே போக்க கடவராகவும் *(தெ.இ.க.எ.: 414)*

என்று மற்றொரு காப்புரையில் வெளிப்படுகிறது. புனிதமாகக் கருதப்படும் பசு, கங்கை, என்பனவற்றுடன் பிராமணரும் இணைத்து நோக்கப்படுவதை இங்கு காண்கிறோம். இவ்வாறு பிராமணக் கொலையென்பது தனித்தும், கங்கையாறு, பசு என்பனவற்றுடன் இணைந்தும் கூறப்படுவதானது ஒரு வகையான அச்சுறுத்தலே.

பெற்றோர்

ஒருவனது பெற்றோர்கள் அவனால் பேணிக்காக்கப்பட வேண்டியவர்கள். மாறாக அவர்களைக் கொல்வதென்பது கொடிய பாவச்செயல் என்ற கருத்து ஆழமாக மக்கள் உள்ளத்தில் நிலைபெற்ற ஒன்றாகும். மிகக் கொடிய செயலான பெற்றோர் கொலையைக் கூறி, இக்கொலை செய்தோர் எய்தும் பாவத்தை, ஒரு குறிப்பிட்ட அறச்செயலை அழித்தவன் அடைவான் என்று அச்சுறுத்தும் வகையிலான காப்புரைகள் உள்ளன.

> இதுக்கு விக்கினம் பறைந்தவன், நினைத்தவன்
> கெங்கைக் கரையில் மாதாபிதாவையும் கொன்ற
> பாவம் அனுபவிப்பாராகவும் (தெ.இ.க.23:118)

ஒருவனது குடும்ப உறவில் தாய் முதன்மை இடத்தை வகிக்கிறாள். இதன் அடிப்படையில் தாய் தந்தை என்ற இருவரையும் இணைத்துக் குறிப்பிடாமல் தாயை மட்டும் குறிப்பிடும் காப்புரையும் உள்ளது. சான்றாக

> இதுக்கு அகுதம் பண்ணினவன் தாயைக் கொன்ற
> பாவம் கொள்வான் (தெ.இ.க.22:88)

என்ற காப்புரைத் தொடரைக் குறிப்பிடலாம். பெற்றோர் கொலை யுடன் பெண் கொலையை இணைத்து அச்சுறுத்தும் காப்புரை இவ்வாறு அமைந்துள்ளது.

> .... ஸ்திரிவதை பண்ணின தோஷத்திலும்
> தன் மாதா பிதாவைக் கொன்ற தோஷத்திலும்
> குருவைக் கொன்ற தோஷத்திலும் போகக்
> கடவராகவும் (தெ.இ.க.23:122)

பிராமணக் கொலையையும் பெற்றோர் கொலையையும் இணைத்து

> தன் மாதா பிதாவைக் கொன்ற பாவத்திலும்
> பிரம்மகத்தி முதலான பஞ்சமா பாதகத்திலும்
> போகக் கடவனாகவும் (தெ.இ.க.8:128)

என்ற காப்புரைத் தொடரும் உள்ளது.

குரு

கல்வி கற்றுக் கொடுக்கும் ஆசிரியரைக் குறிக்கும் சொல்லாகவும் சமயத் துறவிகளைக் குறிக்கும் சொல்லாகவும் குரு என்ற சொல் இருந்துள்ளது. சமயத்துறவிகளில் பலர் சமய நூல்களைக் கற்பிக்கும் ஆசிரியர்களாகவும் இருந்துள்ளனர். இவ்வகையில் துறவியர், ஆசிரியர் என்ற இருவரையும் குறிக்கும் பொதுச் சொல் போன்றும் குரு என்ற சொல் விளங்கியுள்ளது. அதே நேரத்தில் ஆசிரியன் என்ற சொல்லும் வழங்கியுள்ளது. சமண, சைவ, வைணவ மடங்களில் கற்பிக்கும் பணியை அவ்வச் சமயத் துறவியரே மேற்கொண்டிருந்தமையை நோக்க, காப்புரைகளில் இடம்பெறும் குரு என்ற சொல் சமயத் துறவியரையே குறிக்கும் என்று கருதுதல் பொருத்தமாய் உள்ளது. குருவை மையமாகக் கொண்ட காப்புரைத் தொடர்கள் வருமாறு:

இதுக்கு அகிதம் பண்ணினவன் சிவத்துரோகி
குருத்துரோகி ஆகக் கடவர்களாகவும் (தெ.இ.க.22: 89)
கங்கைக் கரையில் காராம் பசுவையும் தன்னுடைய
தாய் தகப்பனையும் தன் குருவையும் கொன்ற
பாவத்திலே போவானாகவும் (தெ.இ.க.22: 106)
இத்தன்மத்துக்கு அகிதம் பண்ணினவர்கள்
உண்டானால் கெங்கைக் கரையிலே கோவதை
குருவதை பிரம்மவதை செய்தவன் போன
பாவத்திலே போகக்கடவன் (தெ.இ.க.18: 254)

இந்த தர்மத்துக்கு யாதொருவர் அகிதம் நினைத்தவன்
திருவேங்கடமுடையோனுக்கு துரோகியுமாகி தன்னுடைய
மாதா பிதாவையும் தன்னுடைய குருவையும்
கங்கை கரையிலே வதைத்த தோஷத்திலே
போகக் கடவனாகவும் (தெ.இ.க.18: 263)

சில காப்புரைகள் பசு, பிராமணர், பெற்றோர், குரு என அனைவரையும் உள்ளடக்கியும் அமைந்துள்ளன. சான்றாக புதுக்கோட்டை மாவட்டம் அமணக் குறிச்சியில் உள்ள 17-ஆம் நூற்றாண்டுக் காலத்தியக் (1691) கல்வெட்டில் இடம் பெற்றுள்ள பின்வரும் காப்புரையைக் குறிப்பிடலாம்.

.................இத் தன்மத்துக்கு
இடையூறு பண்ணினவன்
கெங்கைக் கரையிலே கபிலை, காராவையும்
பிராமண பதிவிரதைகளையும்

மாதா பிதாவையும் குருவையும்
கொன்ற தோஷத்திலே போவான் (தெ.இ.க.34: 220)

புண்ணியத் தலங்கள்

சில குறிப்பிட்ட ஊர்கள், நீர்நிலைகள், கோவில்கள் என்பன மக்களது பாவத்தைப் போக்கும் சிறப்புடையன என்பது அனைத்துச் சமயத்தினரிடையேயும் நிலவும் கருத்தாகும். யாகங்கள் செய்வதும் புண்ணியச் செயலாகக் கருதப்பட்டது.

இதன் அடிப்படையில், கல்வெட்டுக் காப்புரைகளில் இவற்றை மையமாகக் கொண்ட காப்புரைத் தொடர்கள் இடம் பெற்றுள்ளன. இவற்றைப் பேணுதல், வழிபடுதல் என்பனவற்றால் கிடைக்கும் புண்ணியத்தைக் குறிப்பிடுவதாக இவை அமையும். நீர்நிலை என்றால் அதில் நீராடுவதால் அடையும் புண்ணியத்தைக் குறிப்பிடும். இவற்றிற்கு அழிவு செய்வார் அடையும் பாவத்தைக் குறிப்பிடுவதாகவும் சில காப்புரைகள் அமையும்.

கங்கையில் நீராடலும், குமரிக் கடலில் நீராடலும் புண்ணியம் தரும் என்பது இன்றளவும் நிலவி வரும் நம்பிக்கை. இப்புண்ணியத் தலங்களில் பாவச் செயல்கள் எவையும் மேற்கொண்டால், மறுமையில் அதிக தண்டனையடைய நேரிடும் என்பதும் இந்நம்பிக்கையின் தொடர்ச்சியாகும். இதன் அடிப்படையில் கங்கை, குமரி, சேது என்ற மூன்று புண்ணியத் தலங்களையும் மையமாகக்கொண்டு காப்புரைகள் உருவாகியுள்ளன.

............இவ்வாறு தீங்கு நினைத்தான்
கெங்கையிடைச் செய்த பாவங் கொள்வான் (தெ.இ.க.137)
கங்கைஇடை குமரிஇடை செய்த பாவத்தில்
படுவான் (தெ.இ.க.22:337)

நரகம்

உலகின் பல்வேறு சமயங்களிலும் சொர்க்கம், நரகம் என்ற இரண்டு உலகங்களைக் குறித்த செய்திகள் இடம் பெற்றுள்ளன. இவ்வுலகில் புண்ணியச் செயல்கள் செய்தோர் இறப்புக்குப் பின்னர் செல்லும் இடமாகச் சொர்க்கமும், பாவம் செய்தோர் செல்லும் இடமாக நரகமும் கருதப்படுகின்றன. 'பாவிகள் இறந்தபின் அடையும் துன்ப உலகம்' என்று 'வரலாற்று முறைத் தமிழ் இலக்கியப் பேரகராதி' நரகத்தைக் குறிப்பிடுகிறது. தமிழ் நிகண்டுகளான பிங்கலம், திவாகரம், சூடாமணி ஆகியன நரகங்கள் ஏழு வகைப்படும் என்று பகுந்துள்ளதுடன் அவற்றின் பெயர்களையும் குறிப்பிடுகின்றன.

சொர்க்கம் என்பது ஆசைகாட்டி மக்களை நல்வழிப்படுத்தவும் நரகம் என்பது அச்சுறுத்தி நல்வழிப்படுத்தவும் இன்றுவரை பயன்படுத்தப்படுகின்றன. அறச்செயல்களை அழிப்போரை அச்சுறுத்த நரகம் என்ற துன்ப உலகத்தின் துணையை காப்புரைகள் நாடியுள்ளன. இதை அச்சுறுத்தும் காப்புரை எனல் பொருந்தும்.

இது மாறுவான் ஏழாம் நரகத்து கீழா
நரகம் புகுவான் (தெ.இ.க.22 II : 85)
ஏழா நரகத்திற்குக் கீழா நரகம் புகுவான் (தெ.இ.க.22 II : 189)
நரகமாவான் (தெ.இ.க.27 : 180)
இருபத்தெட்டுக் கோடி நரகத்திலேயே சந்திராதித்த
வரையும் புழுவாய்ச் சென்று
ஆதியோரம் என்ற நரகத்தில் கீழ்பட்டான் (ஆவணம் 15:181)

வேறுபாடான காப்புரைகள்

இதுவரை பார்த்த காப்புரைகளின் உள்ளடக்கத்திற்கு மாறுபட்ட வகையிலான காப்புரைத் தொடர்கள் கல்வெட்டுகள் சிலவற்றில் காணப்படுகின்றன.

இத் தர்மத்திற்கு தீங்கு நின்றார்
காக்கையும் நாயுமாவ(தெ.இ.க.4:1405)

மறுபிறவி தொடர்பான அச்சுறுத்தலை இக்காப்புரை கொண்டுள்ளது.

மோவாய்புக்கு முலை புறப்படுவான் (தெ.இ.க. 8: 79)
மோவாய் புக்கு முலையெழுந்தானுமாய் (தெ.இ.க. 8: 90)

ஆண் ஒருவனிடம் பெண்மைக்குரிய உடல் உறுப்புகளில் ஒன்றான முலை தோன்றுமானால் அவன் ஆண் என்ற நிலையில் இருந்து நீங்கி திருநங்கை என்ற நிலையை அடைவான். ஆணுக்குரிய தாடிமயிர் தாடையில் ஒன்றிரண்டாக மட்டுமே முளைத்துக் காணப்படுவதும் உண்டு.

அறத்தைச் சிதைத்தவன் திருநங்கையாக மாறுவான் என்பதே இக்காப்புரைத் தொடர்களின் பொருளாம். திருச்சி மாவட்டம் வடசேரி ஏரிக்கரையில் காணப்படும் கல்வெட்டில்

.... இது
இறக்குவான் குளம் அழிச்சான்
பாவம் கொள்வான்

என்ற தொடர்கள் இடம் பெற்றுள்ளது. (தமிழ்நாட்டுக் கல்வெட்டுகள் 2004 : பக்கம் 56).

கோவில், சத்திரம் மடம் போன்ற பொது இடங்களில் கல்வெட்டுகள் அமைந்திருப்பது இயல்பான ஒன்று. ஆனால் இதற்கு நேர்மாறாக, கல்வெட்டுப் பொறிப்பதைத் தடை செய்யும் வகையில் கல்வெட்டுக் காப்புரை ஒன்று இடம் பெற்றுள்ளது. புதுக்கோட்டை மாவட்டம் குளத்தூரில் உள்ள சிதைவடைந்த சிவன் கோவிலின் கிழக்குச் சுவரில் காணப்படும் 13 ஆம் நூற்றாண்டுக் காலக் கல்வெட்டுத் தொடர் வருமாறு :

இத் திருக்கற்றளியிலும் திருமகர மண்டபத்திலும் எழுத்து வெட்டாதொழிக. வெட்டில் இராசத் துரோகியும், சிவத் துரோகியும் இனத் துரோகியுமாவான் (தெ.இ.க. 34:382).

ச. கிருஷ்ணமூர்த்தி (2002:94) பதிப்பித்துள்ள செப்பேட்டு தொகுதி ஒன்றில் இடம் பெற்றுள்ள அல்லாள இளையான் செப்பேட்டில்,

நட்டகல் இட்ட சூலம் நீடுகல்வெட் டெல்லை
வட்டமா லயங்கள் தோறுமகா தேவர் தானதருமம்
இட்டிடை பண்ணி மெத்தயிடஞ்சல்லே செய்பு வார்க்குக்
குட்ட நோய் நரகந் தன்னில் குழிப்பது திண்ணம் தானே.

என்ற செய்யுள் காப்புரையாக இடம் பெற்றுள்ளது. இல்லற வாழ்வின் இனிய பயனாக மக்கட்பேறை மக்கள் கருதி வருகிறார்கள். அத்துடன் குடும்ப பாரம்பரியத்தின் தொடர்ச்சி அறுபடாது போகத் துணை நிற்பதாகவும் மக்கட்பேறு பார்க்கப்படுகிறது. பெற்றோருக்கு இறுதிக் கடன் செய்யவும் மக்கட்பேறு உதவும் என்ற கருத்தும் உள்ளது. சொத்துடையவர்கள் தம் சொத்தின் பயனைத் தமக்குப் பின் நுகர, மக்கட்பேறு தேவை என்று விரும்புகிறார்கள்.

இவ்வாறு பல்வேறு நிலைகளில் எதிர்பார்க்கப்படும் மக்கட்பேறை அடையாதவனை நிறைவற்ற வாழ்க்கை வாழ்பவனாகத் தமிழ்ச்சமூகம் பார்த்துள்ளது. இச்சூழலில் மக்கட்பேறு இல்லாது போகும்படிச் சபிப்பது என்பது அச்சத்திற்குரிய ஒன்று. காப்புரைகள் சில இத்தகைய அச்சுறுத்தும் தன்மையால் உருவாக்கப்பட்டுள்ளன. சான்றாக சில காப்புரைகள் வருமாறு :

இதுக்கு தீங்கு வேண்டுவான் வழிஅறுக (தெ.இ.க 8:688)
தீங்கு வேண்டுவார் வழி அறுக (தெ.இ.க 8:694).
புத்திர சம்பத்து இல்லாமல் போமென்றவாறு (ஆவணம் 18 :95)
வழியேழெச்சம் (பரம்பரை) ஒழியாமல் அறுவான் (தெ.இ.க 3:213).

சோழர் ஆட்சியில் அரசு மதம் என்று கூறத்தக்க அளவில் சைவம் திகழ்ந்துள்ளது. இக்காரணத்தால் சைவர்கள் சமணர்களை இகழ்ச்சியாக நோக்கி உள்ளார்கள் என்பதை வெளிப்படுத்தும் வகையில்

கோமாமிசத்தைப் புசித்து அமணர்க்கு
குண்டிகை எடுப்பான் இது பன்மகேசுவரர் ரட்சை (தெ.இ.க. 8:150)

என்ற காப்புரை உள்ளது. (குண்டிகை: கமண்டலம்)

இரண்டாம் தேவராயன் ஆட்சிக் காலத்தில் (கி.பி.14) பெரம்பலூர் மாவட்டம் அரசூரில் வாழ்ந்த இடங்கை சாதியினர் ஒன்று கூடி அரசுக்குச் செலுத்த வேண்டிய வரிகள் குறித்து முடிவெடுத்து அதை ஒரு கல்வெட்டாகப் பொறித்து வைத்தனர். இம் முடிவின்படி நடவாதோர் மீதும் இக் கல்வெட்டை அழிப்போர் மீதும் மேற்கொள்ள வேண்டிய நடவடிக்கை குறித்து

இந்தக் கல்வெட்டுப்படிச் செய்யாமல் இருந்தோர்க்கு
உடன்பட்டு கல்வெட்டை அழித்துச் செய்வார்கள்
உண்டானால் அவர்களைத் தீர விளங்கி
மேற்படக் குத்தி கீழ்பட இழுத்துப் போடக் கடவோம்
ஆகவும் (தமிழ்நாட்டுக் கல்வெட்டுகள், தொகுதி 3 : 16)

என்ற காப்புரைத் தொடர் குறிப்பிடுகிறது.

⋆⋆⋆

இவையெல்லாம் பெரும்பாலும் சமய சாத்திர நம்பிக்கைகளை மையமாகக் கொண்டு உருவானவை. பொதுமக்கள், குறிப்பாக மன்னர்களது கொடைச்செயலால் தம் நிலங்களை இழந்தோர் எந்தளவுக்கு இவற்றைப் பொருட்படுத்துவர் என்பது அய்யத்திற்குரிய தானது. மேலும் மன்னர் பரம்பரை மாறும்போதும் கொடையாக வழங்கப்பட்ட நிலங்கள் பறிக்கப்பட்டன. இத்தகைய நிலையில் வெகுசனப் பண்பாட்டில் இழிவானதாகக் கருதப்பட்ட செயல்களை மையமாகக் கொண்டு காப்புரைகளை உருவாக்கியுள்ளனர். இதன் ஒரு பகுதியாக பாலியல் உறவை மையமாகக் கொண்ட காப்புரைகள் அமைந்தன. பாலியல் உறவுகளை மையமாகக் கொண்டு எழுதப்பட்ட இக்காப்புரைகள் இருவகையானவை.

முதலாவது வகை, தகப்புணர்ச்சியை, மையமாகக் கொண்டவை. இரண்டாவது வகை தீண்டாமைக் கொடுமையையும், மேட்டிமை யோரின் சாதிய ஆணவத்தையும் வெளிப்படுத்துபவை. பாலியல் தொடர்பாக மன்னராட்சிக் காலத்திய சமூகத்தில் நிலவிய சமூக விழுமியங்களைக் கண்டறிய இவற்றை ஆராய்வது அவசியமாகிறது.

தகாப்புணர்ச்சி

மனித சமூகத்தின் வளர்ச்சிப் போக்கில் உடல் உறவு கொள்வதி லிருந்து விலக்கப்பட்ட உறவுகள் உருப்பெற்றன. (சான்றாக தாய் -

மகன் - தந்தை - மகள் - சகோதரன் - சகோதரி) விலக்கப்பட்ட உறவு களிடையே நிகழும் உடலுறவு தகாப்புணர்ச்சி (Incest) எனப்பட்டது. இது குறித்து (பக்தவத்சல பாரதி, 1999: 379) கூறும் கருத்து வருமாறு:

> "ஒவ்வொரு சமுதாயத்திலும் மணஉறவு, பாலுறவு தொடர்பான விதிகள் உள்ளன. இவ்விதிகளின் அடிப்படையிலேயே ஒருவர் அவர்தம் மணத்துணையைத் தேடிக் கொள்ளவோ பாலுறவு கொள்ளவோ இயலும். அவ்வாறு செய்தால்தான் அதைச் சமுதாயம் ஏற்றுக் கொள்ளும். சமுதாயம் தடை செய்துள்ள உறவுகளுக்கிடையே பாலுறவோ மணவுறவோ நிகழ்ந்தால் அது தகாப்புணர்ச்சி (Incest) எனப்படும்.

தகாப்புணர்ச்சி உறவுகள் எவையெவை என்பது குறித்து ஒவ்வொரு பண்பாடும் தனித்தனியான வரையறையை ஏற்படுத்திக் கொண்டுள்ளது. அவ்வரையறைக்குள் உள்ள உறவுகள் தகாப்புணர்ச்சி விலக்குக்கு (Incest taboo) உரியன. அவ்வுறவுக்குள் பாலுறவு நிகழ்வது தடை செய்யப்பட்டுள்ளது. மீறுவோருக்குத் தண்டனை வழங்கும் விதிகளும் உள்ளன. தகாப்புணர்ச்சி விலக்குடைய உறவுகள் பண்பாட்டிற்கு பண்பாடு மாறுபட்டாலும் தந்தை - மகள், தாய் - மகன், சகோதரன் - சகோதரி போன்ற மிக நெருங்கிய இரத்த உறவுடை யோர் பாலுறவு கொள்வது அனைத்துப் பண்பாட்டிலும் தடை செய்யப்பட்டுள்ளது.

தகாப்புணர்ச்சி சமூகத்தால் ஏற்றுக்கொள்ளப்படாததுடன், அதை மேற்கொள்வது இழிவான செயலாகக் கருதப்பட்டது. பிராய்டியர் களால் 'ஒடிபஸ் மனச்சிக்கல்' என்ற பெயரில் மனநோயின் ஒரு வகை குறிப்பிடப்படுகிறது. இதில் இடம்பெறும் ஒடிபஸ் கிரேக்கப் புராணப் பாத்திரமாகும். இவன் தன் தாயுடன் உறவு கொண்டதாகக் கிரேக்கப் புராணம் குறிப்பிடும். இப்புராணத்தின்படி ஒடிபஸ் என்ற இளைஞன் தன் தந்தையைக் கொன்றுவிட்டு, தன் தாய் என்று அறியாமலேயே தன் தாயை மணம் புரிந்து கொள்கிறான். ஒழுக்கமரபு மீறிய புராண பாத்திரமாக இவன் சுட்டப்படுகிறான்.

தமிழ்நாட்டிலுள்ள மருந்தாந்தநல்லூர் (எயினனூர்) என்ற சைவப் புண்ணியத் தலத்தின் சிறப்புகளில் ஒன்றாக, தன் தாயை அறியாது புணர்ந்த செட்டி ஒருவன் இத்தலத்தில் உள்ள இறைவனை வணங்கி தன் பாவத்தைப் போக்கிக் கொண்ட நிகழ்வு கூறப்படுகிறது. இக்கோவிலில் இவனுக்குச் சிலையும் உள்ளது.

திருவிளையாடல் புராணத்தில் இதையொத்த செய்தி இடம் பெற்றுள்ளது. தன் தாயுடன் உடலுறவு கொண்டதால் ஏற்பட்ட

பாவத்தை மதுரைக்கு வந்து அங்குள்ள சிவனை வணங்கி ஒருவன் போக்கிக் கொண்டுள்ளான். பாவங்களுள் கொடிய பாவமாகக் கருதப்பட்ட தாயைப் புணரும் பாவத்தை கூடப் போக்கும் ஆற்றலுடைய கோவில்களாகச் சில கோவில்களை, சைவம் சித்தரித்துள்ளது, இதன் வாயிலாகக் குறிப்பிட்ட தலத்தின் சிறப்பு அல்லது ஆற்றல் வெளிப்படுவதாகச் சைவம் கருதியுள்ளது.

மனிதனின் பாலியல் வாழ்வில் விலக்கப்பட்ட ஒன்றாகத் தாய்க்கும் மகனுக்கும் இடையிலான உறவு அமைந்துள்ளதையும் அவ்வாறு நிகழ்ந்துவிட்டால் அது ஒரு புராணமாகப் பதிவாவதையும் ஒடிபஸ் கதை உணர்த்துகிறது. ஒரு பாவச் செயலாக மருந்தாந்த நல்லூர் செட்டி கதை குறிப்பிடுகிறது. தாயுடன் மகன் கொள்ளும் உடலுறவு ஒரு கொடிய பாவச் செயலாக மக்களால் நம்பப்படுவதன் அடிப்படையில் கல்வெட்டுக் காப்புரைகளில் பின்வரும் தொடர்கள் இடம் பெற்றுள்ளன.

இது இறக்குவோன் தங்களம்மைக்கு தானே மணவாளன் (தெ.இ.க.XII:58) (தெ.இ.க.XII:58) (தெ.இ.க.XII:164), (தெ.இ.க. III:139)

இது மாறுவன் தங்களம்மைக்குத் தானே மணவாளனாவான் (தெ.இ.க. VII:136).

இதில் ஏற்றஞ் செய்விப்பார் உண்டாகில் தன் தாய்க்குத் தாமே மணாளர் ஆகக்கடவது (தெ.இ.க. VII:122).

தன்னுடைய தாய்க்கு தானே அகமுடையானுமாய் (ஆவணம் 15:81)

தாயைக் கோழ்த்தவன், தாயாறு மகள்க்

கோத்தவன் (ஆவணம் 18:95).

இஸ்லாமியர் தொடர்பான கல்வெட்டுகளில், 'தன் தாயைத் தணா செய்த பாவத்துக்கு ஆளாவான்'. (தணா - விபச்சாரத்தைக் குறிக்கும் அரபுச் சொல்) என்ற தொடர் இடம் பெற்றுள்ளது.

பெற்றவன் என்ற வீரனுக்கு மூன்றாம் ராஜராஜன் ஆட்சிக் காலத்தில் (கி.பி.1218) தானமாக நிலம் வழங்கப்பட்டதைக் குறிக்கும் கல்வெட்டில்:

இதுக்கு விலங்கல் சொல்லுவான் தங்களம்மைக்குத் தானே மி(ம)ணாளன். தன் உடப்பிறந்தாள் மிந்தானை பிடிச்சானாவான்.

என்ற காப்புரை இடம் பெற்றுள்ளது. (தமிழ்நாட்டுக் கல்வெட்டுகள், தொகுதி III, பக்கம். 66) கையூட்டு (கைக்கூலி) வாங்குவதைத் தடுக்கும்

பிராமண போஜனமும் சட்டிச் சோறும் 69

நோக்கில் கி.பி. 16-ஆம் நூற்றாண்டில் ஒரு கல்வெட்டு வெட்டப் பட்டுள்ளது.

இக்கோவிலுக்குரிய கிராமங்களில் இருந்து வரும் வருவாயில் 'ஒரு காசு, ஒரு பணம், கல நெல்லு உள்பட சுவாமிக்கு முதலிடாமல் எடுத்தவன்'

கெங்கைக் கரையிலே காராம் பசுவையும்
மாதாபிதாவையும் குருவையும்

கொன்ற தோஷத்தில் போகக் கடவராகவும் என்று வழக்கமாக இடம் பெறும் காப்புரைத் தொடர்களை அடுத்து, 'கைக்கூலி' வாங்குகிறவர் களுக்கு எச்சரிக்கை விடுக்கும் வகையில் பின்வரும் தொடர் இடம் பெற்றுள்ளது.

இந்தக் கிராமங்களிலே கைக்கூலி வாங்கிறவன்
பொண்டாட்டியையும் உடப்பிறந்தான்
மகளையும் மருமகளையும் இவர்களை
ஒரு வீட்டிலே சத்துருவுடனே கூட்டிக்
குடுத்து சம்போகம் பண்ணு....

இறுதி வரியின் இறுதிப் பகுதி சிதைந்துள்ளது. 'பண்ணு விச்சவனாவான்' என்று முடிந்திருக்கலாம் (தெ.இ.க. 34:433) இப்பகுதி காப்புரையாக இல்லாவிடினும், அச்சுறுத்தும் தன்மையில் தகாப்புணர்ச்சியை மையமாகக் கொண்ட காப்புரையின் கூறுகளைக் கொண்டுள்ளது.

சமூகத்தால் இழிவானதாகக் கருதப்படும் தாய் மகன் பாலியல் உறவை மேற்கொள்வோர் அடையும் சமூக இழிவை, குறிப்பிட்ட அறத்தைச் சிதைத்தவன் அல்லது ஒப்பந்தத்தை மீறுவான் அடைவான் என்பது ஓர் அச்சுறுத்தலாகவும் அமைகிறது. சமூக இழிவுக்குப் பயந்தாவது அறம் சிதைத்தலையும், ஒப்பற்ற மீறலையும் மேற்கொள்ளாதிருப்பார்கள் என்ற எண்ணமே இத்தகைய காப்புரை வரிகளை உருவாக்கியுள்ளது.

இழிசொற்கள் கொண்ட காப்புரைகள்

தன் குதிரைக்கு புல்லிடும் பறையனுக்கு தன் மணவாட்டியைக் குடுப்பான் (தெ.இ.க. XXII, தொகுதி 1:10 VII:118)

தன் மணாட்டியை தன் குதிரைக்கு புல்லிடும் பறையனுக்கு குடுப்பான் (தெ.இ.க. XXII: 1, 85)

தன் மணாட்டியைப் பறையனுக்கு குடுப்பான் (தெ.இ.க. XXII Part, 1:87)

நான் ஏறுகிற குதிரைக்குப் புல் போடுகிற பறையனுக்குத் தன் மணாட்டியைக் குடுப்பான் (தெ.இ.க. VII:453)

இக்காப்புரைகளில் இடம்பெறும் பறையர் சமூகத்தினர் இழிவான நிலையில் தொடக்கத்திலிருந்தே இருந்துள்ளனரா? என்பது கேள்விக்குரிய ஒன்று. சோழர்காலக் கல்வெட்டுகளில் 'உழப்பறையர்', 'பறைத்தறி' என்று சொல்லாட்சிகள் இடம் பெற்றுள்ளன. இச்சொல் லாட்சிகள், இச்சமூகத்தினர் உழுதொழிலும், நெசவுத் தொழிலும் மேற்கொண்டு வாழ்ந்தமையை உணர்த்துகின்றன. இச்மூகத்தினர் சிலர், கோவில்களுக்கு கொடை வழங்கியுள்ளதைச் சில கல்வெட்டுகள் குறிப்பிடுகின்றன. பொருளியல் நிலையில் வளமாக இவர்கள் இருந்துள்ளனர் என்பதை இதனால் அறிய முடிகிறது.

ஏதோ சில காரணங்களால் இவர்களில் ஒரு பகுதியினர், புல்லறுத்து விற்கும் அல்லது குதிரைகளைப் பராமரிக்கும் தொழிலுக்குத் தள்ளப்பட்டனர். 'தேவதானம் பிரமதேயம்' என்ற பெயர்களில் ஏற்கனவே பயிரிட்டு வந்த குடிகளை நீக்கி, முறையே கோவில்களுக்கும், பிராமணர்களுக்கும், விளை நிலங்கள் தானமாக வழங்கப்பட்டுள்ளன. இவ்வுண்மையை 'குடி நீக்கிய தேவதானம்', 'குடி நீக்கிய பிரம்மதேயம்' என்ற கல்வெட்டுச் சொல்லாட்சிகள் உணர்த்தி நிற்கின்றன. இக்காரணங்களால் தம் நில உரிமையை இழந்தோர் 'குதிரைக்குப் புல்லிடும்' பணியை மேற்கொள்ளும் நிலைக்குத் தள்ளப்பட்டுள்ளனர் என்று கருதயிடமுள்ளது, மேலும் சோழர் கால நிலவுடைமை வளர்ச்சியில் உருவான பிராமணர் வேளாளர் கூட்டு இம்மக்களைப் பாதித்திருக்கும் வாய்ப்புமுள்ளது.

விசயநகரப் பேரரசின் ஆட்சியில் தமிழ்நாடு இருந்தபோது பல்வேறு இடைநிலைச் சாதியினர் ஓரங்கட்டப்பட்டு இழிவுபடுத்தப் பட்டனர். தமிழ்நாட்டின் பாரம்பரியத் தொழில்களில் ஒன்றான தோல் தொழில்செய்து வந்தோர் சக்கிலியர் என்ற பெயரில் இழிவுக்காளானதை

பிள்ளையார்★ ஸ்ரீ பாதம் விட்டு ஓடிப் போனாமாகில் எங்கள் மிணாட்டிமாரை சக்கிலியருக்குக் குடுத்துப் பார்த்திருந்தோமா வோம் (தெ.இ.க. VII: க.எ:58)

என்ற காப்புரை வாயிலாக அறியமுடிகிறது. உறுதிமொழித் தன்மை இதில் இடம் பெற்றுள்ளது. கடலூர் மாவட்டம் வழுதிலம் பட்டு

★ பிள்ளையார்: இளவரசர்

என்னும் கிராமத்தில் அம்மன் கோவில் முன் நடப்பட்டுள்ள தூண் ஒன்றில் உள்ளூர்ப் பேட்டையில் புதிதாகக் குடியேறுபவர்களுக்கு வரிச்சலுகைகள் வழங்கும் செய்தியடங்கிய கல்வெட்டு ஒன்றுள்ளது. இதன் காலம் கி.பி.1594 ஆகும். இக்கல்வெட்டின் காப்புரையில்

"அந்தப் பேட்டைக் குடியைப் பிணைக் கொண்(ட)வன்
பெண்டாட்டியை அந்த ஊர் வெட்டியான் ஒழ்ப்பான்
கடவோமாகவும்"

என்ற தொடர் இடம் பெற்றுள்ளது (ஆவணம் : இதழ் 21- 2010ஆம் ஆண்டு பக்கம். 122)

இது மாறுவான் தன் மனாட்டியைப் புலையர்க்கு குடுப்பான் (ஆவணம், 20)

பெண்டிழந்தானுக்குச் செருப்புமெடுத்து தம்பலமுந்
தின்று அவன் காலடிக்கீழ் இருந்தவனாவன் (தெ.இ.க.8,128)

....செருப்பெடுத்து தம்பலமும் தின்று
அவன் கட்டிற் கீழிருந்தானாவான் (தெ.இ.க. 8:149)
ஒருவனுக்கும் ஒருத்திக்கும் பிறவாதானுமாய் (தெ.இ.க.8:90, 148)

காப்புரையில் இஸ்லாம்

தமிழ்நாட்டில் பாண்டியர், சோழர், ஆட்சிக்காலத்திலேயே இஸ்லாம் பரவியிருந்தது. அரசர்களின் படையிலும், அரச பதவி களிலும் இவர்கள் இடம் பெற்றிருந்தனர். வணிகர்களாகவும் விளங்கினர். மக்கள் தொகையில் குறிப்பிடத்தக்க எண்ணிக்கையில் இவர்கள் வாழ்ந்ததால் இவர்களது சமயமான இஸ்லாமிய சமயத்தை மையமாகக் கொண்ட காப்புரைகளும் உருவாயின.

கங்கை, காசி, குமரி என்பன புனிதமானவையாக கருதப்பட்ட மையால் இங்கு பாவச் செயல்களை மேற்கொள்ளக்கூடாது என்ற கருத்து காப்புரைகளில் வலியுறுத்தப்பட்டது. இவற்றை ஒத்ததாக இஸ்லாமியருக்கு மதினாவும் மக்காவும் இருந்தன. விலக்கப்பட்ட ஒரு விலங்காக, பன்றி விளங்கியது. பன்றி இறைச்சி இஸ்லாமியர் உண்ணத்தகாத ஒன்றாகும். (குர் ஆன். 2:172-73). பன்றி இறைச்சி உண்பது 'ஹராம்' (பாவம்) என்று குர்ஆன் குறிப்பிடுகிறது. (5:3, 8:145-147, 16:114-117). இஸ்லாமியரின் இந்நம்பிக்கைகளை அடிப்படை யாகக் கொண்டு சில கல்வெட்டுக் காப்புரைகள் உருவாகியுள்ளன.

இராமேஸ்வரத்தில் ஆபில்காபல் தர்கா என்ற பெயரில், தர்கா ஒன்று உள்ளது. இத்தர்காவிற்கு புதுக்குளம் என்ற ஊரை முத்துக்குமார விஜயரகுநாத சேதுபதி என்பவர் கி.பி.1745-இல் கொடையாக வழங்கி உள்ளார். இக்கொடையைக் குறிக்கும் செப்பேட்டில்

இந்த தர்மத்துக்கு விகாதம் நினைத்தால் புண்ணிய ஸ்தலங்களையும், மக்கா மதினத்திலேயும் மாதாபிதாவையுங் கொன்ற தோஷத்திலும்; மகாபாவத்திலேயும் போகக் கடவராகவும் (இராசு : 2007:96)

என்று குறிப்பிடப்பட்டுள்ளது.

காசிம்மைதின் என்பவருக்கு கோயம்புத்தூர் ஊரவர் சிலர் 1765-இல் வழங்கிய கொடையைக் குறிக்கும் செப்பேட்டில்

................துலுக்கரில் யாதாமொருவன் இடரு செய்தால் மக்கா மதினத்தில் கருஞ்சாதி கழுத்தை அறுத்துத் தின்ன பாவத்தில் போவாராகவும்

என்ற தொடர் இடம் பெற்றுள்ளது(இராசு 2007:108). கருஞ்சாதி என்பது இங்கு பன்றியைக் குறிக்கும்.

முத்துக்குமார விஜயரகுநாத சேதுபதி என்ற இராமநாதபுரம் மன்னர் கி.பி.1742-இல் ஏர்வாடி பள்ளிவாசலுக்கு பெரியமாயகுளம் என்ற கிராமத்தைக் கொடையாக வழங்கியுள்ளார். இக்கொடை குறித்த செப்பேட்டில்

இந்த தர்மத்துக்கு
யாதாமொரு யிசிலாமானவர்களில்
பரிபாலனம் பண்ணினவர்கள் கோடி
அடுமை (அடிமை) கொண்டு
உடுமைக்கு (உரிமைக்கு) விட்ட பலனும் பெறுவார்கள்

என்ற காப்புரைத் தொடர் இடம் பெற்றுள்ளது. (கமால் 1992: 478-479). அடிமை உரிமையாளர்களிடம் அவர்களது அடிமைக்குரிய விலையைக் கொடுத்து விடுவித்து சுதந்திர மனிதனாக மாற்றும் செயலை நபிகள் ஊக்கப்படுத்தியுள்ளார். வாக்குத்தவறிய குற்றத்திற்குப் பரிகாரமாகவும், கொலைக்குப் பரிகாரமாகவும் ஓர் அடிமையைக் விடுதலை செய்யும்படி திருக்குரான் (5:89: 92-93) குறிப்பிடுகிறது.

தகாப்புணர்ச்சியைக் குறிப்பிடும் காப்புரைத் தொடர்களும் இஸ்லாமியர் கல்வெட்டுகளில் உள்ளன. தஞ்சாவூர் சமசுப்ரு பள்ளிவாசல் கல்வெட்டில் (கி.பி.1550)

துலுக்கரிலே யாதாமொருவர் விக்கினம்
பண்ணினால் மக்கத்துப் பள்ளியிலே
பெத்த தாயை தணா (விப்சாரம்) செய்த
பாவத்திலே போவர்.

என்று குறிப்பிடப்பட்டுள்ளது. ஈரோடு நகரம் சேக் அலாவுதீன் சாயபு மஜித் தர்காவில் உள்ள 1761-ஆம் ஆண்டுக் கல்வெட்டில்

துலுக்கரானால் மக்காவில் பன்றியைக்
கொன்று தின்றவன் தாயாரு மகள்க்
கோத்தவன்.... புத்திர சம்பத்து இல்லாமல் போம்

என்ற காப்புரைத் தொடர் இடம் பெற்றுள்ளது (இராசு 2007:129).

இஸ்லாமிய வணிகர்கள் சிலர் திருநெல்வேலி மாவட்டம் குற்றாலம் ஊரில் உள்ள குற்றாலநாதர் சுவாமித் திருவிழாவுக்கும், திருநெல்வேலி நகரிலுள்ள காந்திமதி அம்மன் கோவிலுக்கும் மாதந்தோறும் மகமைத் தொகை வழங்க ஏற்பாடு செய்துள்ளனர். இச்செய்தியைக் குறிப்பிடும் செப்புப்பட்டையம் கி.பி.1795-இல் எழுதப்பட்டுள்ளது. இச்செப்புப்பட்டையத்தில் இடம் பெற்றுள்ள காப்புரையில் இஸ்லாமான முகமதிய மதத்தில் தாய்க்கு விக்கினம் செய்த தோஷத்திலும் போவாராகவும் என்ற தொடர் இடம் பெற்றுள்ளது.

கும்பகோணம் வட்டம் திருநாகேஸ்வரம் ஊரில் உள்ள இந்து இஸ்லாமிய வணிகர்கள் தத்தம் கடைகளில் மகமை வாங்கி, அத்தொகையைக் கொண்டு, அவ்வூர் அம்மன் கோவிலிலும், பள்ளி வாசலிலும் விளக்கெரிக்க முடிவு செய்தனர். இச்செய்தியைக் கூறும் 1783-ஆம் ஆண்டுக் கல்வெட்டில்

ராவுத்தர்மாரில் விகாதம் நினைச்சால் மக்காவிலே செய்யாதன செய்த தோஷம் வரும்.

என்ற காப்புரைத் தொடர் இடம் பெற்றுள்ளது. (இராசு 2007:43).

நாகூர் நெடுஞ்சாலையில் பயன்பாட்டில் இல்லாத சத்திரம் ஒன்றின் திண்ணையில் 1812-ஆம் ஆண்டுக் கல்வெட்டு உள்ளது. முகமது அலி மரைக்காயர் என்பவர் வழங்கிய கொடை குறித்த செய்திகளை இக்கல்வெட்டு குறிப்பிடுகிறது. இதில் இடம் பெற்றுள்ள காப்புரை இஸ்லாமியரை முன்னிறுத்தி

யிதுக்கு உதவியாக இருக்கிற பேர்கள் யெல்லாம் அல்லாவுடைய றெகுமத்து(அருள்) பெறுவார்கள். யாதொரு முகாந்திரத்திலே விக்நம் நினைக்குற பேர்கள் அல்லாவுடைய முனிவில் (கோபத்தில்) அகப்படுவார்கள்

என்று குறிப்பிடுகிறது (இராசு 2007:55)

இத்தர்மத்திற்கு அகுதம் பண்ணினபேர் மக்க தலத்திலே அகுதம் பண்ணின பாவத்திலே போகக் கடவராகவும் கெங்கைக் கரையிலே

காராம் பசுவைக் கொன்ற பாவத்திலே போகக் கடவராகவும் (தமிழ்க் கல்வெட்டுகள் III: பக்.16) என்று நாகப்பட்டினம் மாவட்டம் நாகூரில் உள்ள 18-ஆம் நூற்றாண்டுக் கல்வெட்டுக் காப்புரை குறிப்பிடுகிறது. இராமநாதபுரத்திலுள்ள கோட்டைப் பள்ளி வாசலுக்கு குமாரமுத்து விஜயரகுநாத சேதுபதி காத்த தேவர் என்பவர் 1734-ஆம் ஆண்டில் கிழவனேரி என்ற ஊரைக் கொடையாக வழங்கியுள்ளார். இக்கொடைச் செய்தியைக் கூறும் செப்பேட்டின் இறுதிப்பகுதியில் இந்துக்களும், இஸ்லாமியர்களும் இந்த அறச் செயலைப் பேணுவதல் அடையும் பயன்கள் பின்வரும் காப்புரைத் தொடர்களாக இடம் பெற்றுள்ளன:

சேதுவிலேயும் மக்கா மதினத்திலேயும் புண்ணியத் தலங்களி லேயும் அன்னதானம் சொர்ன்னதானம் வெகுகுடும்ப பிரதிட்டையள் பண்ணின பலத்தை அடைவாராகவும்(இராசு 2007:85).

காப்புரைகள் உணர்த்தும் செய்தி

கல்வெட்டுகளிலும் செப்பேடுகளிலும் இடம் பெற்றுள்ள மேற் கூறிய காப்புரைகள் பின்வரும் உண்மைகளை உணர்த்தி நிற்கின்றன.

இது வரை நாம் பார்த்த "காப்புரைச்" செய்திகள் காலவரிசைப்படி தொகுத்தாய்வு செய்யப்படவில்லை. ஆயினும் இச் செய்திகள் ஓரளவிற்கு அவை தோன்றிய காலச் சமுதாயத்தில் நிலவிய தகவுகளை (values) உணர்த்துகின்றன.

- ⋆ புண்ணியத் தலங்கள், புண்ணியத் தீர்த்தங்கள் மறுமை வாழ்வு (நரகம், சொர்க்கம்) ஆகியனவற்றின் பெயரால் மக்கள் ஆசை காட்டப்பட்ட நிலையும், அச்சுறுத்தப்பட்ட நிலையும், பசு புனித விலங்காகக் கருதப்பட்ட செய்தியும், வேள்விகள் செய்வதால் புண்ணியம் கிடைக்கும், பிராமணர்கள் பேணிக்காக்கப்பட வேண்டியவர்கள் என்ற கருத்தோட்டம் மக்கள் மனதில் உருவாக்கப்பட்ட நிலையும் இக்காப்புரைச் செய்திகள் மூலம் வெளியாகின்றன.

- ⋆ கடவுள், மன்னன், சுயசாதி (இனம்) என்ற மூன்றின் பெயராலும் மக்கள் கட்டுப்படுத்தப்பட்டுள்ளார்கள். 'சிவத்துரோகி' 'இராஜத் துரோகி' 'இனத்துரோகி' என அடையாளப்படுத்தப்படுவது குறித்து மக்கள் அஞ்சியுள்ளார்கள். இவ்வாறு அடையாளப்படுத்தப் படுவதால் ஏற்படும் இன்னல்களே அவர்களை அஞ்சும்படிச் செய்துள்ளது. அச்சுறுத்தும் தன்மை கொண்ட காப்புரைகளில் சிலவற்றில் இம் மூன்று சொற்களோ அவற்றுள் ஒன்று அல்லது இரண்டு சொற்களோ இடம் பெற்றுள்ளன.

* இழிசொற்களைக் கொண்ட காப்புரைச் செய்திகள் உழைக்கும் வர்க்கத்தைச் சார்ந்த மக்கள் இழிவாகக் கருதப்பட்ட நிலையினை எடுத்துக் கூறுகின்றன.

* தகாப்புணர்ச்சி தொடர்பாக, சமூகத்தில் நிலவிய அருவருப் புணர்வைப் பயன்படுத்தி, கொடையாக வழங்கப்பட்ட சொத்துக் களைப் பாதுகாக்க முயன்றுள்ளனர். இதன் வெளிப்பாடாகவே தகாப்புணர்ச்சியை மையமாகக் கொண்ட காப்புரைகளை உருவாக்கியுள்ளனர்.

* சாதியச் செருக்கு, தீண்டாமையைக் கடைப்பிடித்தல் என்பனவற்றின் அடிப்படையில், தீண்டாமைக் கொடுமைக்கு ஆட்பட்ட ஆண்களுடன் இக்கொடுமைக்கு ஆளாகாத வேறு சமூகப் பெண் களை இணைத்துக் கூறும் காப்புரைகளை உருவாக்கியுள்ளனர். இது இக்காப்புரைகள் உருவான காலத்தில் நிலவிய அழுத்தமான தீண்டாமையை வெளிப்படுத்துகின்றது. அத்துடன் பெண்கள் மீதான அவர்களின் பார்வையையும் அறியச் செய்கிறது.

* தாம் நிறுவிய அறச்செயல்கள், அதற்காக வழங்கப்பட்ட கொடைகள் மற்றும் உறுதிமொழிகள் ஆகியனவற்றைப் பாதுகாக்கும் நோக்குடன் உருவாக்கப்பட்ட பாலியல் உறவை மையமாகக் கொண்ட காப்புரைத் தொடர்கள், அவை எழுதப்பட்ட நோக்கத்தைத் தாண்டி, அவை உருவான காலத்தில் நிலவிய பண்பாட்டு விழுமியங்களையும் உணர்த்தி நிற்கின்றன.

பெரும்பாலும் காப்புரையானது அறச்செயலைக் கூறும் சாசனங்களின் இறுதிப்பகுதி என்பதனை நினைவில் கொண்டால் இவைகளையமைத்ததன் நோக்கம் புலனாகும் சங்க காலத்தில் நிலக்கொடை அதிக அளவில் இல்லை. பாணர், விறலியர், கூத்தர், பொருநர், புலவர் போன்றவர்களுக்கு நிலம் கொடுத்த நிகழ்ச்சிகள் மிகவும் குறைவே. மாறாக விலங்குகளும், அணிகலன்களும் பொன்னும் வழங்கப்பட்ட நிகழ்ச்சிகளே அதிகம் இடம் பெற்றுள்ளன.

சமுதாய வாழ்வில் விளைநிலங்கள் மதிப்புமிக்கவையாக மாறும் பொழுது அவைகளைத் தானமாக வழங்கும் நிலை வளரலாயிற்று. பெரும்பாலான காப்புரைகள் நிலக்கொடைகளின் இறுதியிலேயே அமைந்துள்ளள. இந்நிலங்களைத் தங்கள் ஆதிக்கத்தின் கீழ் வைத்திருந்தவர்கள், அரசியல் பலத்தால் மட்டுமின்றி ஆன்மீகத்தின் துணையாலும் காப்பாற்ற முனைந்தனர். இம்முயற்சியின் ஒரு பகுதியே காப்புரை.

இக்காப்புரைகளையெல்லாம் காலவரிசைப்படி தொகுத்து வகைப்படுத்தி ஆராய்ந்தால் ஒவ்வொரு குறிப்பிட்ட காலத்திலும் ஆதிக்கச் சக்திகள் பயன்படுத்திய ஆன்ம விலங்குகளை அறியலாம்.

சான்றாதாரம்

தென்இந்தியக் கல்வெட்டுகள் *(தெ.இ.க.)* தொகுதி *3, 4, 7, 8, 12, 18, 22, 23, 26 27, 34,*

தமிழ்நாட்டுக் கல்வெட்டுகள் தொகுதி III,

ஆவணம் இதழ்கள்

தொகுதி ; *15 (2004), 18 (2007), 20 (2009), 21 (2010),*

இராசு, செ. *(1994),* **சேதுபதி செப்பேடுகள்**

இராசு, செ. *(2007)* **இஸ்லாமியர் கல்வெட்டுகள்**

இராசு, செ. *(2016)* **தமிழ்க் கல்வெட்டுப் பாடல்கள்**

கமால், *(1992)* **சேதுபதி மன்னர் செப்பேடுகள்**

கிருஷ்ணமூர்த்தி, ச., *(2002)* **தமிழ்நாட்டுச் செப்பேடுகள்,** தொகுதி ஒன்று

எ. சுப்பராயலு & இராசு, செ. *(2001)* பதிப்பாசிரியர்கள், **தமிழகக் கல்வெட்டியலும் வரலாறும்**

சுப்பிரமணியன், தி.நா. *(1999)* பதிப்பாசிரியர் **பல்லவர் செப்பேடுகள் முப்பது.**

திருவோக சீதாராம் *(மொழி பெயர்ப்பாளர்)* **மனுதர்மசாஸ்திரம்**

பக்தவத்சலபாரதி, சீ *(1999)* **பண்பாட்டு மானிடவியல்**

பாலசாரநாதன், *(1997)* **திருத்தலங்கள் வரலாறு, பகுதி -1**

பாலசாரநாதன், *(1997a)* **திருத்தலங்கள் வரலாறு, பகுதி -2**

சிவசுப்பிரமணியன். ஆ *(1988)* சாசனக் காப்புரை உணர்த்தும் சமுதாய நிலை, **பாரதிவிழா சிறப்பு மலர்,** தமிழ்நாடு கலை இலக்கியப் பெருமன்றம், குமரி மாவட்டம்.

சிவசுப்பிரமணியன். ஆ *(2008)* பிரம்மஹத்தி, **வரலாறும் வழக்காறும்**

சிவசுப்பிரமணியன். ஆ *(2012)* காப்புரைகளில் பாலியல் உறவுகள், **தமிழ்ப் பண்பாட்டு மலர்** 2012, தமிழ்நாடு முற்போக்கு எழுத்தாளர் கலைஞர் சங்கம்.

☆☆☆